தேர்ந்தெடுத்த கதைகள்

('ஜெயகாந்தன் விருது' வழங்கும் விழாவினை முன்னிட்டு
23.4.2016 அன்று வெளியிடப்பட்டது)

ச.தமிழ்ச்செல்வன்

விஜயா பதிப்பகம்
20, ராஜ வீதி,
கோயம்புத்தூர் - 641 001.
www.vijayapathippagam.org

தேர்ந்தெடுத்த கதைகள்

Therntheduththa Kathaigal

ஆசிரியர் : **ச.தமிழ்ச்செல்வன்**

முதல் பதிப்பு : **ஏப்ரல்** 2016

விஜயா பதிப்பகம்

20, ராஜ வீதி, கோயம்புத்தூர் - 641 001.

✆ 0422 - 2382614 / 2385614

vijayapathippagam2007@gmail.com

ஒளியச்சு / புத்தக வடிவமைப்பு : **ஐரிஸ் கிராபிக்ஸ், கோவை.**

அட்டை வடிவமைப்பு : **ஆர்.சி. மதிராஜ், சென்னை.**

அச்சாக்கம் : **ஜோதி எண்டர்பிரைசஸ், சென்னை** - 5.

ISBN - **81-8446-760-5** / பக்கம் : 120/ **விலை : ரூ.** 80/-

பதிப்புரை

விஜயா வாசகர் வட்டம் இவ்வாண்டு முதல் அறிவிக்கும் ‘ஜெயகாந்தன் விருது’ தமிழர்களின் நெஞ்சங்களில் தடம் பதித்துள்ள முன்னணிப் படைப்பிலக்கியவாதி ச.தமிழ்ச்செல்வன் அவர்களுக்கு அறிவிக்கப்பட்டபோதே, அவருடைய தேர்ந்தெடுத்த சிறுகதைகளின் தொகுப்பு ஒன்றினையும் விஜயா பதிப்பகம் மூலமாக வெளியிடுவது என்று தீர்மானித்தோம். அதையும் விருது வழங்கும் விழா மேடையிலேயே வெளியிடுவது என்றும் விரும்பினோம்.

அவருடைய பதினைந்து சிறுகதைகளைத் தெரிவு செய்யும் பொறுப்பினை திருமங்கலத்துத் தோழர் ஜே.ஷாஜஹான் ஏற்றுக் கொண்டார். சிறுகதைகளைத் தேர்ந்தெடுத்ததோடு மட்டுமின்றி சிறப்பான முன்னுரை ஒன்றும் எழுதி அளித்துள்ளார்.

இந்தச் சிறுகதைகளை வெளியிட அனுமதித்த எழுத்தாளர், தோழர், தமிழ்நாடு முற்போக்கு எழுத்தாளர் கலைஞர்கள் சங்கத் தலைவர் ச.தமிழ்ச்செல்வன் அவர்களுக்கு நன்றி. சிறுகதைகளைத் குறுகிய காலத்தில் தேர்ந்தெடுத்து முன்னுரையும் எழுதித் தந்த கவிஞர், சிறுகதையாசிரியர், மொழிபெயர்ப்பாளர். ஜே.ஷாஜஹான் அவர்களுக்கும் நன்றி.

வாசகர்கள் வாசித்துப் பயன்பட வேண்டும் என்பது எங்கள் வேண்டுகோள்.

அன்புடனும் நன்றியுடனும்

மு.வேலாயுதம்

விஜயா பதிப்பகம்

கோயம்புத்தூர்- *641001*

14.4.2016

முன்னுரை

கி. ராஜநாராயணன், கு.அழகிரிசாமி, பூமணி போன்ற முன்னத்தி ஏர்கள் உழுதுப்படுத்திய கரிசல்பூமிதான் ச.தமிழ்ச்செல்வனின் கதைக்களமுமாகும். மனிதர்கள் நிலத்தோடு கொண்ட பிணைப்பை மையப்படுத்தி நிலம் மனிதர்களை கைவிடுவதும், மனிதர்கள் நிலத்தைவிட்டு விலகுவதுமான நிலவுடைமையின் அந்திமக் காலத்தை கி.ரா பதிவு செய்தார். பூமணியோ அந்த நிலத்தோடு உடமை யில்லாத ஆனால் நிலத்தை நம்பியே வாழ விதிக்கப்பட்ட விவசாயக் கூலிகளாக்கப்பட்ட நிலவுடைமை சிதைவுக்குப் பிந்தைய தலித்துக்களின் நெருக்கடிகளை எழுதிவந்தார்.

இவர்களிலிருந்து வேறுபட்டு கரிசல் மண்ணின் உதிரி மனிதர்களின் வாழ்வியலை உணர்வுபூர்வமாக, உளவியல் அணுகுமுறையுடன் பேசியவர் கு.அழகிரிசாமி. கதைமாந்தர்களின் அகவியலும், அதனைத் தீர்மானிக்கும் புற அரசியலும் மிக முக்கிய மையச் சரடாக அழகிரிசாமியின் படைப்புலகை இயக்கி வந்துள்ளது.

செவ்வியல் இசைபோல் கரிசலை கி.ரா பாடினார் என்றால் பூமணியின் தெம்மாங்கு நாட்டுப்புற இசையாகும். இருவரோடும் வேறுபட்ட இருவரின் சாயல் கலந்த மெல்லிசையே அழகிரிசாமியின் படைப்புகளாகும். ஒரு அடையாளத்திற்காக தமிழ்ச்செல்வனின் முன்னத்தி ஏர் அழகிரிசாமியே எனலாம்.

சொலவடைகள், பழமொழிகள் எனப் பண்பாட்டு சேகரங்களைத் தன் படைப்புகளில் சிலாகித்த கி.ராவும், உதிரி மனிதர்களின் உலகு சார்ந்த நுட்பமாக அறம் சார்ந்து எழுதி வந்த கு. அழகிரிசாமியும் அதிகம் எழுதியிராத பெண்ணின் அகவெளியை நுட்பமாக வரைந்து காட்டியதுதான் தமிழ்ச்செல்வனின் தனித்த அடையாளம் எனலாம்.

அதுவரை நிலவி வந்த உள்ளடக்கத்திலும், உருவத்திலும் புதிய முன்மாதிரிகள் தந்ததில் புதுமைப் பித்தனின் விரல்களுக்குப்

பெரும்பங்கு உண்டு. அதற்குபிறகு பலரும் செய்த வடிவ சோதனைகள் கருத்து வட்டங்களுக்குள் அடங்குவதும், கருத்து மீறல்கள் உருவத் தெளிவின்றி மங்கலாக பதிவாகியிருப்பதும் என விளைவுகள் நிகழ்ந்துள்ளன. புதுமைப்பித்தனை ஒருவரும் மீறவில்லை என்பதல்ல இதன் பொருள். ஒருசேர வரை மாதிரிகளை கட்டமைத்து தந்ததில் பித்தனே தமிழுக்கு முன்மாதிரியாகிறார். உருவம், உள்ளடக்கம் என ஒருசேர அதிர்வுகளை அவர் ஏற்படுத்தியதற்கு எந்தவொரு குறிப்பிட்ட சட்டகத்திற்குள்ளும் தன்னை அடக்கிக் கொள்ளாததும் ஒரு காரணமாகும். கருத்து சார்ந்த வரையறைகளோடு உயிர்ப்புடன் கதைகளை எழுத முடியும் என்பதற்கு அழகிரிசாமியே சிறந்த உதாரணம். தன் கதைகளின் மூலம் தனது அரசியல் கொள்கைகளை நிலைநாட்ட முனையும் உத்வேகத்தோடு, கதைகளின் கலாப்பூர்வமான தன்மையும் அழகியலும் சிதைந்து விடாமல் படைக்க முயன்றதிலும் அதில் வெற்றி பெற்றதிலும் தமிழ்ச்செல்வனுக்கு படைப்பு முறை சார்ந்தும் களம் சார்ந்தும் அழகிரிசாமியே முன்னோடி என வரையறுக்கலாம்.

ஒரு சௌகரியத்திற்காக இத்தகைய வரையறைகள் பயன் படலாமேயன்றி, ஒவ்வொரு படைப்பாளியின் தனித்தன்மையே அவரவர் இருப்பை நியாயப்படுத்தும். தமிழ்ச்செல்வனின் படைப்புகளில் கரிசல் கிராமங்களில் இருக்கும் நடுத்தர வர்க்க மனிதமனங்களின் அன்றாட வாழ்க்கை நெருக்கடிகள் - பண்பாட்டு பொருளாதார நெருக்கடிகள் என்கிற தளங்களில் பதிவாகின்றது. அதுவரை இடதுசாரி படைப்பாளர்கள் முன்வைத்து வந்த வர்க்க முரண்பாடு என்கிற பெருவட்டம் தாண்டி சமூக முரண்பாடு எனும் உள்வட்டத்தை கலாப்பூர்வமாக, பிரச்சார தனமின்றி எழுதியுள்ளார் தமிழ்ச்செல்வன்.

அம்முரண்பாடுகள் ஆண்பெண் முரண்பாடு, குழந்தைகள் பெரியோர் முரண்பாடு, பழம்பெருமை யதார்த்த முரண்பாடு, எளிய கிராம மாணவன் ஆங்கிலக் கல்வி முரண்பாடு, இலட்சியவாதம் இயல்பு வாத முரண்பாடு எனப் பலவகைகளிலும் விவாதிக்கப்பட்டுள்ளன.

பெண்களின் அகவெளி குறித்த உரையாடல்கள் பாலியல் சார்ந்தே பெரும்பாலும் முன்வைக்கப்படுகிற சூழலில் எளிய வரிகளினாலும் விவரனைகளாலும் கதைகள் கட்டமைக்கப் பட்டுள்ளதும் தற்செயலானதில்லை. 'வெயிலோடு போய்' கதையில் பெண்ணின் பார்வையில் விளக்கப்பட்ட சூழல், 'பொன் ராசின் காதலில்' ஆணின் கோணத்தில் பேசுகிறது. 'குதிரைவண்டியில் வந்தவன்' கதையில் பெண்ணை புரிந்து கொள்ள முடியாத ஆண் பேசப்பட்டால், 'வெளிறிய முத்தம்' கதையில் கணவனைப் புரிந்து கொள்ள முடியாத

பெண் மையக்கரு ஆகிறாள். இவ்வாறு ஒரு சூழலை பல கோணங்களில் அல்லது இருவேறு கோணங்களில் எழுதிப் பார்த்ததிலும் அழகிரிசாமியின் முன்னுதாரணங்கள் தமிழ்ச்செல்வனுக்கும் கைவந்திருக்கின்றன.

வறட்சி ஏற்படுத்திய வேலை இல்லாத் திண்டாட்டத்தை கரிசல் பூமியில் தீப்பெட்டித் தொழிற்சாலைகள் நிரப்பின. குப்பைக் கூளங்களைப் போல் தீப்பெட்டி ஆபிஸ்களுக்கு அள்ளிச் செல்லப்பட்ட குழந்தைகளின் தொலைந்த குழந்தைமை பற்றி எழுதாத எழுத்தாளர்கள் அப்பகுதியில் இல்லை எனலாம். இப்படி எல்லோரும் எழுதிவிட்ட எழுதிக் கொண்டிருந்த ஒரு துயரத்தை எழுதும் தமிழ்ச்செல்வன் பிரச்சாரம் தவிர்த்து கலைநேர்த்தியுடன் படைத்திருக்கிறார். அவரது 'பாவனைகள்' கதையின் ஆரம்ப வரிகள் இவ்வாறு துவங்குகின்றன.

'குதிங்காலிட்டு உட்கார்ந்தான். சப்பணமிட்டு அமர்ந்து பார்த்தான். ஒரு காலை சப்பணமிட்டு ஒருகாலை நீட்டி இப்படியும் அப்படியுமாய் உட்கார்ந்து பார்த்தான். ம்கூம். எப்படி உட்கார்ந்தாலும் பசித்தது.''

அடுத்தடுத்த வரிகளில் தெருவில் வருகிற மிக்ஸர் வண்டியில் சுற்றி வேடிக்கை பார்க்கும் கிராமத்து ஏழைக் குழந்தைகள், கண்ணாடிப் பெட்டிக்குள் இருக்கும் லட்டை எடுப்பது போல் பாவனை காட்டி, வாயில் போட்டு தின்பதைப் போல் பாவனை காட்டி சிரித்து மகிழ்ந்து மன நிறைவு கொள்கின்றனர். வாசிக்கிற வாசகனால் சிரிக்க முடியாதபடி அந்த சூழலில் சித்தரிப்பு சிறப்பானது. பசிக்கிற தம்பிக்கு சிறிது அரிசியைத் தந்து அனுப்பும் அண்ணன், அப்பா வேலை பார்க்கும் மில்லில் கிடைக்க இருக்கிற கடலைப் புண்ணாக்குக்கோ எள்ளுப் புண்ணாக்குக்கோ ஏங்குவதும் அதுவே அக்குழந்தைகளின் லட்டாகவும், ஜிலேபியாகவும் பாவனை காட்டுவதுமாக கதை விரிகிறது. கொஞ்சம் கவனம் பிசகிருந்தாலும் வெற்றுப் பிரச்சார மாகியிருக்கக் கூடிய ஒரு சூழல் நல்ல கலைப்படைப்பாக விரிந்திருக்கிறது. தமிழில் மிக அபூர்வமான சிறுகதைகளில் பாவனைகளும் ஒன்று. சுப்புத்தாய், குரல்கள் ஆகிய கதைகளும் குழந்தையின் உலகத்தை நுட்பமாக பதிவுசெய்த படைப்புகளாகும். லங்கர்பாய் மற்றும் மைனாக்கள் ஆகிய கதைகளிலும் குழந்தைகளின் மன உலகம் முற்றிலும் வேறுதளத்தில் பேசப்பட்டுள்ளன.

சிறுவயதில் பழகிய அத்தை மகனின் நினைப்பை சுமந்தலையும் மாரி, அவனைப் பார்க்க பிறந்த ஊருக்கு வந்து, அவன் மனைவி மாசமாயிருக்கிறாள் எனக் கேட்டதும், 'அது ஒன்னுக்குத்தான் இப்பம்

கேடு' என்கிறாள். இவள் வெளியேறும்போது, 'மாரியம்மாள் போயிட்டாளா' என விசாரித்துக் கொண்டுவரும் மச்சானை நினைத்து மாரி ஏங்குகிறாள். பரஸ்பரம் வெளிக்காட்ட முடியாத அன்னை திருமணம் எனும் பந்தம் கைகூடாதபோதும் மீறி வரும் உள்ளார்ந்த காதலை பெண்ணின் கோணத்தில் 'வெயிலோடு போய்' கதையில் பேசியிருக்கிறார். இதே சூழலை ஆணின் மனத்தவிப்போடு பேசும் கதை 'பொன்ராசின் காதல்'. இது ஒரு நுட்பமான விளையாட்டு. ஒவ்வொரு சூழலையும் அதனதன் நியாயங்களோடு பதிவு செய்யும்போது படைப்பாளன் விருப்புவெறுப்பற்ற பார்வையாளனாகிறான்.

சுப்புத்தாய், குரல்கள், லங்கர்பாய், வார்த்தை மற்றும் மைனாக்கள் ஆகிய கதைகள் குழந்தைகளின் மனஉலகை நமகு விரித்துக் காட்டும் படைப்புகள். அடிப்படையில் பொருளாதார பின்புலமில்லாத குடும்பத்துக் குழந்தைகளின் ஏக்கங்கள் நெருக்கடிகள் பற்றி பேசுகிற கதைகள் தமிழ்ச்செல்வனின் படைப்புக்களில் மற்றொரு முக்கியமான களமாகும். நமது கல்வி அமைப்பு குறித்த வெளிப்படையான விமர்சனமான 'பதிமூன்றில் ஒன்று' கதையும் குழந்தைகளின் கதைதான். இத்தகைய விமர்சனப் பூர்வமான படைப்புகளை கலாப்பூர்வமாக வடித்தெடுக்க தமிழ்ச்செல்வனின் 'பகடி' கைகொடுக்கிறது. குழந்தைகளின் மீதான வன்முறைகள் குடும்பம், கல்வி, பாலியல், உழைப்பு என பல முனைகளிலும் நிகழ்த்தப்படுவதை கதைகள் பேசுகின்றன.

வாளின் தன்மை, மங்கல் பாண்டேயின் நிழல், அரக்கு முத்திரை ஆகிய கதைகள் மாந்திரீக யதார்த்த வாத தன்மை கொண்டவை. நமகது வரலாற்றுப் பெருமைகள், பழம் பெருமை பேசும் கதைகள் மாந்திரீக யதார்த்த முறையில் கூறப்பட்டிருக்கிறது. அவரது வழக்கமான தன்மை யிலிருந்து மாறும் கதைப் பொருள்கள் வழக்கமான நடையினின்றும் விலகிச் செல்வது பொருத்தமாக உள்ளது.

குழந்தைப் பருவ நினைவுகளுடன் சில கதைகளும் இளமைக்கால மனநிலையிலும், குடும்ப அமைப்பின் நெருக்கடி குறித்த சில கதைகளும், பணிக்களமான ராணுவம், தபால்துறை பின்னணியோடும் கதைகளும் எழுதிய தமிழ்ச்செல்வன் இயக்க அனுபவங்களை கதைகளாக்காத போதும் கட்டுரைகளாக வடித்திருக்கிறார். இதைத் தற்செயலானதாகவும் எடுத்துக் கொள்ளலாம்.

ஒரு கலைஞனை அல்லது நுட்பமான மனிதனை குடும்பமும் சமூகமும் ஆட்டிப் படைக்கும் விதத்தை அவர் 'கருப்பசாமியின் அய்யாவில்' எழுதியிருக்கிறார். எப்போதும் வித்தைக்காரனைப் போல்

செயல்படும் இசக்கிமுத்து வியாபாரம் செய்யப் போகிற ஊர்களில் முதல்வேலையாக எளவட்டக் கல்லைத் தூக்கிப் போடுவதும், கடை வைத்து வடை சுடும் போது வட சதுரமாகவும் உருளையாகவும் ஏரோபிளேன் மாரியும் வடை தயாரிக்கிற மனிதன். தினுசாக காபி ஆற்றுவது, கஷ்டப்படுகிற மனி1தர்களுக்கு காசில்லாமல் இட்லி தருவது என வாழும் இசக்கிக்கும் யதார்த்த வாழ்விற்கு அவனை மாற்ற விழையும் அவன் மனைவிக்குமான முரண்பாடுதான் கதை. ஒரு வகையில் படைப்பாளனுக்கும் குடும்பத்துக்கும் ஆன முரண்பாடு என்பத கூட கூறலாம். பல்வேறு சேட்டைகளை மாற்றிக் கொண்ட அவனால் சில சின்னச் சின்ன விஷயங்களை மட்டும் சாகிற வரையில் மாற்றிக் கொள்ள இயலவில்லை. கலைஞனால் படைப்பாளனால் சமூகம் கட்டமைக்கும் வரையறைக்குள் அடங்க முடியாத தன்மை இக்கதையில் காட்டப்பட்டுள்ளது. மிக நுட்பமான இக்கதை மிக எளிய மொழியில் எழுதப்பட்டுள்ளது.

பல கதைகள் வெளிப்படையாக சொல்வதை விட சொல்லாமல் புரிந்து கொள்ள வைக்கிற இடங்கள் முக்கியமானவை. பிரசங்கம் செய்ய வாய்ப்பிருக்கும் பல இடங்களிலும் வாசகனை மதித்து உள்ளுறையாகச் சொல்வது இக்கதைகளின் ஆயுளை மேலும் நீட்டிக்கின்றன.

படைப்பாளன் எதற்கும் தீர்வு சொல்லியாக வேண்டியதில்லை. சிக்கல்களை கூர்மைப்படுத்தி சுட்டினால் போதுமானது என்கிற நவீன கண்ணோட்டத்தின் அடித்தளத்தில் தமிழ்ச்செல்வன் கதைகளை எழுதியுள்ளார். ஒரு குறிப்பிட்ட க ால தமிழ் மக்களின் வாழ்க்கையை மிகையின்றி இயல்புவாத முறையில் எளிய ஆனால் தாக்கம் ஏற்படுத்தத்தக்க மொழியில் பதிவு செய்துள்ளார்.

விமர்சனக் கண்ணோட்டத்தில் இக்கதைகளை அணுகுவோர் கட்டுடைத்து விமர்ச்சிக்கக் கூடும். நான் எனது வாசக ரசனையின் அடிப்படையில் தமிழ்ச்செல்வனின் படைப்புகளை அணுகியுள்ளேன். எது சரி எது தவறு என விவாதங்களுக்கு அப்பாற்பட்டு அதுவும் இதுவும் தான் வேண்டும் இலக்கியத்திற்கு’ எனத் தோன்றுகிறது. எளிய மொழியில் நல்ல கதைகளை அழகியல் பூர்வமாக தந்துள்ள தமிழ்ச்செல்வன் தொடர்ந்து எழுத வேண்டுமென விழைகின்றேன்.

அன்புடன்.

11.4.16
திருமங்கலம்

ஜே.ஷாஜஹான்.
jshajahanwriter@gmail.com

பொருளடக்கம்

1. பாவனைகள் — 11
2. குரல்கள் — 19
3. சுப்புத்தாய் — 25
4. வார்த்தை — 29
5. பதிமூன்றில் ஒன்று — 35
6. வெயிலோடு போய்... — 48
7. பொன்ராசின் காதல் — 55
8. குதிரை வண்டியில் வந்தவன் — 62
9. வெளிறிய முத்தம் — 69
10. அப்பாவின் பிள்ளை — 77
11. லங்கர் பாய் — 83
12. அரக்கு முத்திரை — 91
13. வானின் தன்மை — 97
14. மங்கள் பாண்டேயின் நிழல் — 105
15. கருப்பசாமியின் அய்யா — 112

பாவனைகள்

குதிங்காலிட்டு உட்கார்ந்தான். சப்பணமிட்டு அமர்ந்து பார்த்தான். ஒரு காலை சப்பணமிட்டு ஒரு காலை நீட்டி இப்படியும் அப்படியுமாய் உட்கார்ந்து பார்த்தான். ம்கூம். எப்படி உட்கார்ந்தாலும் பசித்தது.

குதிங்காலிட்டு வயிற்றில் முழங்கால்கள் அழுத்த உட்கார்வதில்தான் கொஞ்சம் பசியும் வலியும் தெரியாமலிருந்தது. ஒட்ட வேண்டிய தீப்பெட்டிக் கட்டுகள் இன்னும் ரெண்டேதான் இருந்தன. இந்த ரெண்டையும் ஒட்டி முடிச்சுட்டா கையைக் கழுவிறலாம். பிறகு [1]'ராக்கட்டு முடிச்சிறலாம். இதில் ஒரு கட்டு ஒட்டி முடிக்கு முன்னமே மாலை வெளிச்சம் மங்கிவிடும் போலிருந்தது. விளக்கைத் துடைத்துப் பொருத்தணும். இருட்டிவிட்டாலும்கூட வேலை முடியப்போகிற சிறு சந்தோஷத்திலும் உற்சாகத்திலும் கொஞ்ச நேரம் உட்கார்ந்து கொண்டிருக்கலாம். அய்யா வந்துவிட்டால் ''வெளக்கைப் பொருத்திவச்சிட்டு வேலையைப் பாரு மூதி. மூதேவி வந்து அடையப் போட்ருக்க'' என்று சத்தம் போடும். அய்யா வேலை முடிஞ்சி வீட்டுக்கு வரும்போது விளக்கெல்லாம் துடைத்து ஏற்றியிருக்கணும். குளிக்க பானையில் தண்ணி இருக்கணும். சோறு பொங்கி ரெடியா இருக்கணும். இல்லாட்டா வசவுதான். யார் இருந்தாலும் சரி.

---

[1] ராக்கட்டு - ராத்திரி (ஒட்டுவதற்கான தீப்பெட்டிக் கட்டு)

ஆனால் அய்யா வருமுன்னே அம்மா வந்துவிடுவாள். அவளே விளக்கைத் துடைச்சு ஏத்தட்டும். ராத்திரிக்கு ஒட்ட அம்மா எத்தனை கட்டு வாங்கிட்டு வாராளோ... என்றைக்கும் போல இருவத்தி ஒண்ணு வாங்கிட்டு வந்தாளானால், இன்னைக்கும் படுக்க பன்னிரண்டு மணிக்கு மேலே ஆயிரும். நேத்து ஒட்டி முடியும் போது அம்மா சொல்லி வந்த கதை பாதியிலேயே நின்றுவிட்டது. அந்த அரக்கன் தன் உயிர்நிலையை எங்குதான் வைத்திருப்பான்? இன்றைக்கு சாப்பிட்டு முடிந்து ராக்கட்டு ஒட்ட ஆரம்பிக்கவுமே அம்மாவை கதையை ஆரம்பிக்கச் சொல்லணும்.

தெருவில் விளையாடி முடித்த குட்டித் தம்பி வீட்டுக்கு ஓடி வந்தான். அடுக்களை வரை வேகமாய் ஓடி அம்மாவைக் காணாமல் கொஞ்சம் நின்று திகைத்து பின் திரும்பி ஒட்டிக்கொண்டிருந்த இவனருகில் வந்து நின்று "க்கும்.... க்க்கும்" என்று மெல்லச் சிணுங்கினான். அரைஞாண் கயிற்றோடு அம்மணமாய் நின்ற அவன் மேலெல்லாம் தெருப்புழுதி. அவன் 'சிணுங்கல் பாஷை புரிந்தது.

"என்னலே பசிக்கா...."

"ம்... ம்க்கும்"

"சித்த இரு... அம்மா வந்துருவா."

இந்த பதில் போதுமானதாயில்லை.

அவன் மீண்டும் கொஞ்சம் பெரிதாக சிணுங்க ஆரம்பித்தான். அது ஒரு பெரிய அழுகைக்கு முஸ்தீபு. இது அவனுக்கு சாப்பாட்டு நேரம். விளையாடிக்கொண்டிருந்த பிள்ளைகள் எல்லோரும் "அவுக அவுக வீட்லே போயி அவரைக்காய்க் கஞ்சி குடிச்சிட்டு வாங்க" என்று கோரஸ் பாடி விளையாட்டுக்கு 'இடைவேளை நேரம் இது. அங்கிருந்து வேகமாய் ஓடிவந்து சோற்றில் விழுந்து எழுந்து மறுபடி போய் தெருவிளக்கு அடியில் ஆட்டம் போட வேண்டும்.

இன்னும் அம்மாவையே காணோம்.

ஒட்டிக்கொண்டிருந்த இவன் எழுந்து நின்று உடம்பை முறுக்கி 'ங்ங்க்....' என்று சோம்பல் முறித்தான். லேசாய் அவிழ்ந்திருந்த பித்தானில்லாத டவுசரை கொஞ்சம் இறுக்கி முடிந்து வயிற்றில் செருகினான். தம்பி இன்னும் அழுதுகொண்டுதான் இருந்தான். இந்நேரம் அம்மா மட்டும் வீட்டில் இருந்தாளென்றால் பெரிய ஒப்பாரியே வைத்திருப்பான். "அழாதேடா..." என்று சொல்லி தம்பியை ஆதரவாய் அணைத்தபடி உள்ளே அழைத்துச் சென்றான்.

உள்ளே இருள் மண்டிக்கிடந்தது. ஒன்றும் தெளிவாய் தெரியவில்லை ஏதாச்சும் தின்பதற்கு லாயக்காய் இருக்கிறதாவென்று தேடிப் பார்த்தான். சட்டிகள், டப்பாக்கள், டின்களில் துழாவினான். ஒரு டின்னில் கொஞ்சம் அரிசி கிடந்தது. ஒரு கை அள்ளி தம்பியின் வாயில் போட்டு ''இதத் தின்னுகிட்டே சித்த நேரம் வெளாடிட்டு வா.. அதுக்குள்ளே அம்மா வந்துருவா....'' என்று சொல்லி முதுகில் தட்டினான்.

'சரி, இவனிடம் அழுது லாபமில்லை வெளியே ஓடினான். தானும் ஒரு கை அரிசியை அள்ளி வாயில் போட்டுக் கொண்டு ஒரு பக்கமாய் ஒதுக்கியபடி திரும்ப வந்து ஒட்ட உட்கார்ந்தான். சும்மா அரிசியைத் தின்னா வாய்ப்புண் வரும் என்று அம்மா சொல்வாள். தினமும் தின்னாத்தானே!

முழங்கால் மூட்டில் வலி, மடக்க முடியாமல், இதுக்குத்தான் ஒரேயடியாக ஒட்டி முடிச்சிட்டு எழுந்திருக்கணும்கிறது. ஒரு தடவை லேசாய் இடையில் சோம்பல் முறிச்சட்டா பிறகு உடம்பு 'மக்கர் சொரசொரப்பாயிருந்தது. பசையை இழுக்கு முன்பே விரலோடு வந்தது. எரிச்சல். தாள் 'வழவழ ஒட்டுறதுக்கும் வேகம் வரும். இடையிலே ரெண்டு கட்டு இப்படி மட்டமானதாள் இருந்துட்டா கேட்க வேண்டாம். எரிச்சல் எரிச்சலா வரும்.

வாயில் ஒதுக்கியிருந்த அரிசி ஊறிப்போய் மெல்வதற்கு வாகாய் ஆகியிருந்தது. கொஞ்சம் கொஞ்சமாய் மெல்ல ஆரம்பிக்கவும் சுகமாய் சுவையாய் இருந்தது. அந்தச் சுவை தந்த வேகத்திலேயே தீப்பெட்டிகளை ஒட்டி எறிய ஆரம்பித்தான்.

அம்மாவை என்ன இன்னும் காணோம். ராக்கட்டு வாங்கிக் கொண்டு வழியில் அப்படியே கடைக்கும் போயிருப்பாளோ! வீட்டின் சிறு ஜன்னல் வழியே தெரு விளக்கின் வெளிச்சம் சதுரமாய் இவன் பக்கத்தில் வந்து விழுந்தது. பசைப்பலகை மீது வெளிச்சம் படுமாறு நகர்ந்து உட்கார்ந்து கொண்டான்.

வாசலில் அம்மா வந்து நின்றாள். பெட்டியை இறக்கி வைத்துவிட்டு அவசரமாய் உள்ளே நுழைந்தாள்.

'அய்யா வந்துச்சாடா?''

''இல்லம்மா... எத்தனை கட்டு வாங்கியாந்த....''

''அந்த எடுபட்ட பய இன்னைன்கு பதினாலு கட்டுக்கு மேல தரமாட்டேனுட்டான்.''

''பசைக்கு மாவு என்னம்மா முக்கா டப்பாதான் இருக்கு....''

''ஆமா... அவன்தான் மாவை தங்கத்தை நிறுக்கிய மாதிரியல்ல நிறுத்தப் போடுறான்... தம்பி வந்தானா...''

''பசிக்குதுன்னு வந்தான். இம்புட்டு அரிசியைக் குடுத்து வெளயாட அனுப்புனேன்.''

''சரி சரி. வெளாடிட்டு வரட்டும். நீ சட்டுன்னு ஒட்டிட்டு எந்தி. நான் உலையை வைக்கேன்.''

உலை கொதித்துக் கொண்டிருந்தது. அம்மா அம்மியில் அரைத்துக் கொண்டிருந்தாள். கையைக் கழுவிய பிறகும் விரலில் சிக்கென ஒட்டியிருந்த பசையை நகத்தால் சுரண்டிப் பிய்த்துக் கொண்டிருந்தான். அய்யா ரொம்ப அவசரமாய் வந்தார்.

''என்னடி இன்னும் சோறாக்கலையா?''

''மத்தியானம் ஒட்டி முடிக்க கொஞ்சம் சுணங்கிப்போச்சு. அதனாலே சாயந்தரம் தீப்பெட்டி ஆபிஸ் போயிட்டு வர தாமதிச்சுப் போச்சு... நீங்க குளிங்களேன். அதுக்குள்ளே வடிச்சிர்றேன்.''

''குளிக்கல்லாம் நேரமில்லடி... இப்பப் போகணும். இன்னைக்கு ரா வேலை இருக்கு....''

அவசர அவசரமாய் கைகால் அலம்பி ரெண்டு டம்ளர் நீச்சத் தண்ணியைக் குடித்துவிட்டு ''சோத்தப் பொங்கி பயகிட்ட குடுத்து விடு, வாரேன்....'' என்று சொல்விட்டு வேகமாகப் போனார். பசையைப் பிய்த்துக் கொண்டிருந்த இவனுக்கு சந்தோஷம். அய்யா வேலை பார்க்கிற அந்த ஆயில்மில்லுக்கு போவதென்றாலே இவனுக்கு படு உற்சாகம்தான். இந்த தீப்பெட்டித் தாள்கள், பசை, அட்டைகளின் நெடியிலேயே மூழ்கிச் சலித்துப் போன மூக்கு வித்தியாசமான எண்ணெய், கடலை, புண்ணாக்கு மணத்தில் சந்தோஷம் கொள்ளும். தூக்கு வாளியில் கொண்டு போன சோற்றை அய்யா சாப்பிட்டு முடிக்கிற வரைக்கும் மலைபோலக் குவிந்து கிடக்கும் புண்ணாக்கு, கடல்போல சிமிட்டித் தளத்தில் விரித்துக் கிடக்கும் கடலைப்பருப்பு, தூரத்தில் ஆபீஸுக்குள் அழகான சிகப்பு டெலிபோன், வாசலில் நிற்கும் அழகான குட்டி பிளஷர் கார் எல்லாத்தையும் பார்த்துக் கொண்டேயிருக்கலாம். நேரம் போறதே தெரியாது. பிறகு திரும்பி வரும்போது யாருக்கும் தெரியாமல் அய்யா எடுத்துக் கொடுக்கும் கடலைப் புண்ணாக்கு அல்லது எள்ளுப் புண்ணாக்கை வாயில் குதப்பிக் கொண்டு ஜாலியாக தூக்கு

வாளிக்குள்ளே தம்பிக்காகவும் கொஞ்சம் புண்ணாக்கை ஒளித்துக் கொண்டு வரலாம். ஆனால் என்ன ஒரு கஷ்டம், போய் திரும்பி வந்து ராக்கட்டு ஒட்டி முடிக்க நேரமாகும்.

''ஏலே... ரெண்டு விறகு எடுத்துட்டு வா...'' அடுப்படியிலிருந்து அம்மா குரல் கொடுத்தாள்.

வாசலில் ஓரமாய் கட்டிக்கிடந்த வேலி முள் விறகில் ரெண்டு குச்சியை உருவினான். உருவிய வேகத்தில் சிறுமுள் விரலில் குத்தியது. ச்சீ... என்று எரிச்சலுடன் விறகை எறிந்துவிட்டு விரலை வாயில் வைத்துச் சப்பினான் அம்மா மறுபடி குரல் கொடுத்தாள்.

''ஆமா... இவளுக்கு வேற வேலையில்லை... வேணுமின்னா வந்து எடுத்துக்கிட்டுப் போயேன்...''

கோபம் வந்தது. தெருக்கோடியில் 'டைண் டைண் மணியடிக்கிற சப்தம் கேட்டது.

ஆமா, இது அந்த மிக்சர் வண்டியோட சத்தம்தான். அவனுக்கு நல்லாத் தெரியும். அந்த மணிச்சத்தம் இல்லாவிட்டாலும்கூட அந்த வண்டியின் சக்கர டயர்கள் மண்ணில் நெறுநெறு சத்தத்தை வைத்தே கூடச் சொல்லிவிடுவான். மணிச்சத்தம் கேட்டதும் டவுசரைக் கையால் பிடித்துக் கொண்டு தெருவுக்கு வேகமாய் ஓடினான். 'ஏ.. மூதி

அந்தத் தெருவைச் சேர்ந்த இவனைப்போன்ற, இவன் தம்பியைப் போன்ற இன்னும் நிறையச் சிறுவர்கள் அரைகுறை ஆடையோடும் அம்மணமாயும் 'ஹைய்ய்..... நோக்கி ஓடினர். தினமும் இந்நேரம் இந்தத் தெருவில் நுழைகிற அந்த வண்டியை தெருக்கோடியிலேயே வரவேற்று அதனோடு கூடவே நகர்ந்து அந்தக் கோடி வரை சென்று வழியனுப்புவார்கள் அந்தச் சிறுவர்கள்.

நாலு சக்கர தள்ளுவண்டி. வகைவகையான பண்டங்கள். அழகழகாய் அடுக்கியிருக்கும். சுற்றிலும் கண்ணாடி அடைத்திருக்கும். உள்ளே எரியும் பெத்ரோமாக்ஸ் விளக்கொளியில் பண்டங்களெல்லாம் கண்ணாடி வழியே வெளித்தெரியும். தேர்போல மெல்ல நின்று அசைந்து நகரும்.

''டேய்... இன்னைக்கு பதினெட்டு ஜிலேபிதாண்டா இருக்கு.... நாலு வித்துப்போச்சுடா...''

''ஆமா, யாருடா ஜிலேபி வாங்கியிருப்பாக....''

''தட்சிணாமூர்த்தி தெருவிலே யாராச்சும் வாங்கியிருப்பாக.''

''ஜிலேபியிலிருந்து என்னமோ வடிஞ்சிக்கிட்டிருக்கே என்னடா அது...''

''அதா, அது தேன்....''

''ஏ... இவனைப்பாரு... தேனாம்.. அது நெய்யிடா....''

''போடா இவனே...... நெய்யாம்... நெய் செகப்பாவாடா இருக்கும்.........''

''மாவு, சீனி, கலர்ப்பொடியெல்லாம் போட்டா சிகப்பா ஆகாதோ........''

''ஆம்.... இவங் கண்டான்....''

''நீ கண்டியோ...........''

''ஏ..... தூரப்போங்கலே... மூதிகளா....'' என்று வண்டிக்காரன் விரட்டினான். பிள்ளைகள் வண்டியை விட்டு துள்ளி இரண்டடி போய் இரு பக்கமாய் முற்றுகையிட்டதுபோல கூடவே நகர்ந்தனர்.

''ஏ..... இடிக்காதமே........ தள்ளாதடி.......... எங்கம்மாட்ட சொல்லிருவேன்..........''

ஒரு பையன் திடீரென சத்தமாய் 'ஓரம்போ ஓரம்போ ஆடிக் குதித்தபடி பாட ஆரம்பித்தான். எல்லாப் பிள்ளைகளும் சிரித்தன. நாலைந்து பேர் கூடச் சேர்ந்து பாடி ஆடினார்கள். எல்லாருடைய முகத்திலும் சிரிப்பு சந்தோஷம்.

யாரோ ஏதோ பண்டம் வாங்கினார்கள். வண்டி நின்றது. நின்றதும் பிள்ளைகள் வண்டியுடன் ஒட்டிக்கொள்வதுபோல நெருங்கி இடித்துக் கொண்டு நின்றார்கள். அவரவர்களுக்குப் பிரியமான பண்டத்தை கண்ணாடி வழியே பார்த்தபடி, ஒருத்தன் மணியை இழுத்து 'டைண் என்று ஒரு அடி அடித்தான். சத்தமாய் சிரிப்பு கிளம்பியது. கண்ணாடிக்கு வெளியே தெரிகிற லட்டுக்கு நேராய் ஒருத்தன் கையைநீட்டி ஒரு லட்டை எடுப்பது போல பாவனை செய்து வாயைப் பெரிசாகத் திறந்து லட்டை உள்ளே திணிப்பதுபோலக் காட்டி ''ஞ்....ஞ்ம்..... ஞ்ஞ்ம்...ஞ்ம்.....'' என்று சத்தமிட்டு மெல்லுவதாகப் பாவனை செய்தான். எல்லோரும் உரக்கச் சிரித்தார்கள். மென்று முடித்து விழுங்குவது போல கழுத்தை ஆட்டி எச்சிலை விழுங்கிவிட்டு அவனும் பலமாய்ச் சிரித்தான்.

அவ்வளவுதான் எல்லாப்பிள்ளைகளும் ஆள் ஆளுக்கு கையை நீட்டி அவரவர்களுக்குப் பிரியமான பண்டத்தை லட்டு, அல்வா, ஜிலேபி என்று வாயில்போடுவதுபோல பாவனை பண்ணி மெள்ள ஆரம்பித்தார்கள். ''ஞ்ஞ்ம்....... ஞ்ஞ்ம்.... ஞ்ஞ்ம்.....'' என்ற சத்தம் பெருங்கூப்பாடாய்க் கிளம்பியது. ஒருத்தரை ஒருத்தர் பார்த்துச் சிரித்துக் கொண்டார்கள்.

இவனது குட்டித் தம்பியும் அவனைப்போல சில குழந்தைகளும் கையை உயர்த்தி நீட்டியும் பண்டத்துக்கு நேராய் எட்டுகிற அளவுக்கு உயரவில்லை. காலை எக்கி எக்கி எப்படியாவது தாங்களும் மற்றவர்களைப்போல செய்துவிட வேண்டுமென பிரயத்தனம் பண்ணிக்கொண்டிருந்தார்கள். இதில் முயன்று சலித்துப்போன ஒரு சிறுவன் எம்பிக் குதித்து லட்டைப் பிடித்தான். அவசரத்தில் கண்ணாடியில் கை பலமாய்ப்பட்டு 'டப்' என்று சத்தம் வந்தது.

வந்ததே கோபம் வண்டிக்காரனுக்கு! ''நானும் பார்த்துக்கிட்டு இருக்கேன்... கழுதைக.....'' என்றபடி கையை ஓங்கிக்கொண்டு இவர்களை அடிக்க வருகிறவன் போல வந்தான்.

'ஹே.... குட்டித்தம்பி மட்டும் வண்டிக்காரன் கையில் அகப்பட்டுக் கொண்டான். அவன் காதைப் பிடித்து திருகினான். அழக்கூடத் தோன்றாமல் தம்பி திகைத்து நின்றான்.

கூட்டத்தோடு சிதறி இவன், தம்பி அகப்பட்டு விட்டதைக் கண்டு மீண்டும் ஓடி வந்தான். ''யோவ் .... விடுய்யா என் தம்பியை......''

வண்டிக்காரன் இவன் மண்டையிலும் ரெண்டு தட்டுத் தட்டினான். ''ஆள் இம்புட்டுக்கானு இருந்துகிட்டு. யோவ் போட்டா பேசுறே...... ஒடுங்கடா....'' என்று இருவரையும் விரட்டி விட்டான்.

தம்பியோடு கொஞ்சதூரம் ஓடி, நின்று, பிறகு திரும்பி, வண்டிக்காரனைப் பார்த்து பலமாய் ''போடா....'' என்று கத்திவிட்டு தம்பியை இழுத்துக் கொண்டு திரும்பிப் பாராமல் வீட்டுக்கு ஓடினான்.

அம்மா சோற்றை வடித்துக் கொண்டிருந்தாள். தம்பி அம்மாவிடம் ஓடி அவள் முதுகைப் பற்றியபடி பெரிதாகச் சிணுங்க ஆரம்பித்தான்.

''சித்த பொறுத்துக்கடா... என் கண்ணுல்ல.......''

அம்மா சமதானப்படுத்த ஆரம்பிக்கவும் இவன் இன்னும் பெரிசாய் சிணுங்கலானான். ''சொன்னாக்கேளு'' என்று உருட்டினாள் அம்மா. தம்பி பிறகும் அடங்காமல் சிணுங்கியபடி அம்மாவின்

சேலையைப் பிடித்து இழுத்தான். ''என்ன.. சொல்லிக்கிட்டே இருக்கேன்..... சோத்தை வடிக்கமுன்ன என்ன உனக்கு.'' ....என்றபடி அவன் முதுகில் ஒன்று வைத்தாள்.

உடனே 'வீலெ புரண்டு அழுதான். கொஞ்ச நேரம் புரண்டும் தேற்றுவதற்கு யாரும் வராதது கண்டு எழுந்து உட்கார்ந்து அழத் துவங்கினான்.

அதுவரை பார்த்துக்கொண்டிருந்த இவன் தம்பியிடம் போய் சொன்னான். ''அழாதேடா.... அய்யாகிட்ட சொல்லிருவோம்.....''

''...............................''

''நாளைக்கி அய்யாகிட்ட சொல்லி அல்வா வாங்கித் திம்போம். அழுகாதே...........''

அல்வாவைச் சொன்னதும் ஒரு கணம் அழுகையை நிறுத்தினான். வயிற்றுக் கடுப்பு வந்து ரத்தமும் சலமுமாய் ஒரு தடவை போனபோது இவனுக்கு அய்யா அல்வா வாங்கிக் கொடுத்தார். அந்த சுவையை கொஞ்சம் நினைத்துப் பார்த்தான். மிக்சர் வண்டிக்குள் அகலத்தட்டில் இருந்த அல்வா நினைவுக்கு வந்தது. தொடர்ந்து வண்டிக்காரனிடம் சற்றுமுன் தனியாக அகப்பட்டுக் கொண்டது நினைப்பில் வந்தது. அதை நினைத்தும் மீண்டும் அழத் தொடங்கினான்.

''டேய்..... அழாதடா..... இப்ப நான் அய்யாவுக்கு சோறு கொண்டுட்டு போவம்ல்ல, அப்ப வரும்போது உனக்கு திங்க எள்ளுப் புண்ணாக்கு கொண்டாரேன்... என்ன''

இதைச் சொன்னதும் மீண்டும் அழுகையை நிறுத்தினான். அல்வாவை நம்புவதைவிட புண்ணாக்கை நம்பலாம். இது நிச்சயம் கிடைக்கும். அண்ணனால் இதைக் கொண்டுவர முடியும்.

ஆனால் உடனே அழுகையை நிறுத்துவதா... வேண்டாமா. அம்மா வந்து சமாதானப்படுத்தட்டுமே. அவதானே அடிச்சா.

மீண்டும் அழ ஆரம்பித்தான். ஆனால் சுருதி குறைந்திருந்தது.

18 தேர்ந்தெடுத்த கதைகள்

குரல்கள்

கடைசியாக அவர் போட்டா பிடிக்க வேண்டும் என்று சொன்னார். உடனே எல்லா பிள்ளைகளுக்கும் ஒரே சந்தோஷமாகிப் போச்சு. நான் நீ என்று முந்திக்கொண்டும் இடித்துக் கொண்டும் தள்ளிக்கொண்டும் "இந்தா,... இடிக்காத பிள்ளே.... ஏ வள்ளி கொள்ளி, எதுக்கு என்னய இடிக்கே" என்கிற மாதிரி ஒருத்தரை ஒருத்தர் திட்டிக் கொண்டும் அந்த சாரின் கழுத்தில் தொங்கிய கேமிராவுக்கு முன்னால் நின்றனர். சுற்றி நின்று வேடிக்கை பார்த்துக் கொண்டிருந்த ஊர் பெரியவர்கள் "அவயம் போடாம நில்லுங்க, கழுதைகளா" என்று சிறுவர்களை அதட்டினார்கள்.

ஆனால் அந்த சார் "எல்லோரும் வேண்டாம். இந்த மூணு பேர் மட்டும் நின்னாப் போதும்" என்று சொல்லியதும் பிள்ளைகளுக்கெல்லாம் ஏமாற்றமாகிப்போச்சு. நிராசையோடும் பொறாமை யோடும் இந்த மூணு பேரையும் - காளியப்பன், ரங்கசாமி, மாரியைப் பார்த்தபடி பெரியவர்களின் அதட்டல்களுக்குப் பணிந்துவிலகி நின்றனர். காளியப்பனும் ரங்கனும் வீட்டுக்கு ஓடிப்போய் சட்டை போட்டுக்கொண்டு வந்துவிடுவதாய்ச் சொன்னதுபோது அந்த சார் மறுத்துவிட்டார். சட்டையில்லாமல்தான் இருக்கணும் என்று சொல்லிவிட்டார். அந்த மூணுபேரில் சின்னவனான (போன வருசந்தான் ஆறாம் வகுப்பை பாதியில் விட்டிருந்த) மாரிக்கு ரொம்ப ஆச்சரியமாகவும்

ச.தமிழ்ச்செல்வன்

அதிசயமாகவும் இருந்தது. ''என்னடா இது இந்த பத்து நாளா இதே மாதிரி வந்து போன மூணு சார்களுமே சொல்லி வச்சாப்பிலே சட்டை இல்லாமத்தான் போட்டோவுக்கு நிக்கணுமிங்காக!''

இவர்கள் போட்டாப் பிடித்த பிறகு அந்த சார் என்ன நினைத்தாரோ ஒதுங்கி நின்ற பிள்ளைகளையும் கூட்டமாய் நிற்க வைத்து ஒரு படம் எடுத்துக்கொண்டார்.

கையிலிருந்த சாமான்களை தோளில் தொங்கின 'பள்ளிக்கூடத்துப் பை என்று கூட வந்தவரிடம் கேட்டார். அந்த கூட வந்தவரை மாரி முன்னமே பார்திருக்கிறான். அவன் வேலை பார்த்த பயர் ஆபீசுக்கு மோட்டார் பைக்கில் அடிக்கடி வந்திருக்கிறார்.

அவர்கள் கிளம்பிக் கொண்டிருந்தபோது கூட்டத்திலிருந்து ''பொறப்புட்டாகளா.......... ரூவா கீவா ஒண்ணுந் தரமாட்டாகளா........?'' என்ற மாடத்தியின் குரல் பலத்த சிரிப்பைக் கிளப்பியது. மாரிக்கும் கூட சிரிப்பு வந்துவித்ட்து. மாடத்தி எப்பவும் இப்படித்தான். எக்குத் தப்பா என்னத்தையாச்சம் கேட்டு வைப்பா. எல்லோரும் சிரிச்சிக்கிட்டு கிடப்பாக.

எல்லோருக்கும் பொதுவாய் ஒரு கும்பிடு போட்டுவிட்டு மோட்டார் பைக்கின் பின்னால் ஏறி 'தட தட கிளம்பிவிட்டார். சில பையன்கள் மட்டும் பின்னாலேயே கொஞ்ச தூரம் ஓடிவித்டுத் திருமபினார்கள்.

வேறொரு சமயமாக இருந்தால் மாரியும்கூட அப்படி ஓடியிருப்பான். ஆனால் இந்தப் பத்து நாளாய் ஆட்டபாட்டம் எல்லாம் அடங்கிப்போயிருந்தான். மனசில் 'திக்திக் எந்நேரமும் இருந்து கொண்டிருந்தது. அதோடு, மாற்றி மாற்றி காரிலும் பைக்கிலுமாக பெரிய ஆள்கள் வந்து அவனைப் பார்த்து கேள்விகள் கேட்டுப் பேசிக் கொண்டிருந்துவிட்டுப் போவதால் 'நாம அப்பிடியெல்லாம் ஆடிக்கிட்டு திரியக்கூடாது அவனுக்குப் பட்டது.

பைக் போன பிறகு வீடுகளுக்குத் திரும்பிக்கொண்டிருந்த பொம்பிளையாளுகளும் பெரியாளுகளும் மாடத்தி கேட்ட அதே கேள்வியை வேறு மாதிரி தங்களுக்குள் விசாரித்துக் கொண்டனர். ''எழுதி விட்டுப் போறாகளே... போயி இன்னிமே ரூவாயிக்கு எதுனாச்சும் ஏற்பாடு செய்வாகளா'' என்கிற மாதிரி. ஏளனச் சிரிப்புடன் ''அட நீ ஒண்ணு இவுகள்ளாம் பேப்பர்காரங்க.. எழுதிட்டுப்போயி அவம் பேப்பர்ல போடுவான். அம்புட்டுத்தான். காசாவது, பணமாவது....'' என்று சில பேர் பதிலும் சொல்லிக்கொண்டார்கள்.

மாரிகூட நினைக்கத்தான் செய்தான். ''வந்திருக்காளே பைக்கிலே. என்னமும் குடுப்பாகளா'' என்று. ஆனால் வந்த சாரும் நேத்து முந்தாநாள் வந்தவுக மாதிரியே நோட்டைத் திறந்து வச்சிக்கிட்டு கேள்வி கேட்க ஆரம்பிக்கவும் தான் ''சரி, இது ஒண்ணும் ஒப்பேறாது'' என்று புரிந்து கொண்டான்.

எல்லாரும் இப்படி ரூவாயைப் பற்றி பேசுறதுக்குக் காரணமும் உண்டு. இதுவரைக்கும் ஒரு அஞ்சாறு தடவையாச்சும் கார்களும் பைக்குகளும் ஊருக்குள் வந்திருக்கும். இந்தப் பத்து நாளையிலே. அதிலே நாலு தரமாச்சும் ஊருக்குகளே பணம் பட்டுவாடா ஆகியிருக்கும். அதனால தான் கார் மோட்டார் பைக்கைக் கண்டதும் என்னமும் குடுப்பாகளோன்னு நினைக்க வேண்டியிருந்தது.

பத்து நாளைக்கு முன்னே முதல்முதலாக ஊருக்குள்ளே கார்கள் வந்தது. நாலு கார் சேர்ந்தமானக்கி வந்தது. அப்ப ராத்திரி மூணு மணியிருக்கும் இருட்டு கசமாயிருந்தது. வீ...வீ...என்று காற்று பலமாய் அடித்துப் பயங்காட்டியது. இப்ப நினைச்சாலும் மாரிக்குப் பயமாயிருந்தது. அந்தக் காரிலேதான் காளி, ரங்கன், மாரி மூணு பேரும் வந்து இறங்கினது. அந்தக் காருக்குள்ளேயியிருந்து அவன் வேலை பார்த்த பயர் ஒர்க்ஸ் முதலாளியும் இன்னஞ் சில தீப்பெட்டியாபீஸ் முதலாளிகளும் நம் ஊர் பெரியாளுகள் சில பேரும் ஓட்டுக் கேக்கவாற சில ஆளுகளும் இறங்கினாக.

வந்து இறங்கியதுமே மாரியின் ஆத்தா ஓடி வந்து அவனைத் தூக்கி நெஞ்சோடு கட்டிக் கொண்டு 'மூசு மூசு பேசவோ எதுவும் சொல்லி அழவோ அவளால் முடியவில்லை. ஆனால் காளியப்பனின் ஆத்தா. ''என்னப் பெத்த அய்யா.....'' என்று காளியைக் கட்டிக் கொண்டு ஒப்பாரியே வைத்துவிட்டாள். இன்னும் சில பொம்பிளைகள் நெஞ்சிலும் வயித்திலும் அடித்துக்கொண்டு கதறி அழுதார்கள். அவுக பிள்ளைகள் யாரும் காரில் வந்து இறங்கவில்லை. அந்தப் பொம்பிளைகளை யெல்லாம் ஏற்றிக் கொண்டு இரண்டு கார்மட்டும் உடனே டவுனுக்குத் திரும்பியது. வந்த பெரியாட்களெல்லாம் மடத்திலே உட்கார்ந்தார்கள். ஊர்க்கூட்டத்தை அந்நேரமே கூட்டினார்கள்.

மாரிக்கு ஒன்றுமே விளங்கவில்லை. அவன் பயத்திலே நாக்கு ஒட்டிப்போய் மிரண்டு போயிருந்தான். ஆத்தாளைக் கட்டிக்கொண்டு ஒரு ஓரத்தில் ஒடுங்கிப் போயிருந்தான்.

ரொம்ப நேரம் பேசினார்கள். ஊரிலுள்ள முன்னூறு வீடுகளுக்கும் வீட்டுக்கு நூறு ரூபாயும், பாதிக்கப்பட்ட பதினாறு வீடுகளுக்கு வீட்டுக்கு இரண்டாயிரம் கணக்குப்போட்டுப் பணத்தை எண்ணிக்

கையில் கொடுத்துவிட்டு பாதிக்கப்பட்டவர்களுக்கு இன்னமும் செய்வதாகவும் ஊர் குடி தண்ணிக் கிணற்றை ஆழப்படுத்தி 'டேங்க் கட்டித் தருவதாகவும் வாக்குறுதி கொடுத்துவிட்டுப் பதிலுக்கு ''யார் வந்து கேட்டாலும் விபத்துலே இறந்ததிலே மூணே மூணு பேர்தான் எங்க ஊர்க்காரங்க; நைட் வேலைக்குப்போன மத்தமூணு பையன்களும் இந்தா காயமே படாம தப்பிச்சு வந்துட்டாங்கன்னு தான் பெரியவர்கள் சொல்லணும்'' என்று சத்தியம் வாங்கிக்கொண்டு டவுன் பெரியவர்கள் காரில் கிளம்பினார்கள்.

அவர்கள் சொன்ன மாதிரியே அந்த பதினாறு வீடுகளுக்கும் மேற்கொண்டு மூவாயிரம் அடுத்த நாலு நாளிலேயே கொடுத்தும் விட்டார்கள். நல்ல தண்ணிக் கிணற்றில், இந்தா-வேட்டுப்போட்டுக் கொண்டிருக்கிறார்கள். பிள்ளைகளைப் பறிகொடுத்த பதினாறு வீட்டுக்கும் 'இன்னும் உதவி செய்வோம்' சொல்லிக்கிட்டுப் போனார்கள்.

'' அவனுக்கென்னய்யா........... குடுக்கிறதுக்கு ரெண்டு லோடு பட்டாசு வடக்கே ஏத்திட்டான்னா செத்துது லட்சம்......பாரிமாருக்குத் துட்டுக்கா பஞ்சம்...'' என்று ஊரில் பேசிக்கொண்டார்கள்.

எந்தக் காயமும் இல்லாமல் தப்பி வந்ததால் மாரியின் வீட்டுக்கு நூறு ரூபாய்தான் கிடைத்தது. அதில் மாரிக்கு வருத்தம்தான்.

ஆனால் போன வாரம் மந்திரி வந்திருந்தபோது அவனுக்குப் புதுச்சட்டை டவுசர் கிடைத்தது. இரண்டுமே பாலிஸ்டர்தான். அதில் சந்தோஷம். 'ஊர்ப் பங்குனிப் பொங்கலுக்கு போட்டுகிடலாம் அதைப் பத்திரப்படுத்தி வைத்திருக்கிறான். 'காசு பணம் ஒண்ணும் வேண்டாம் சாமி..... போதுமய்யா.....'' என்று ஆத்தாதான் அடிக்கடி அவனைச் சேர்த்துக் கட்டிக் கொண்டு அழுகிறாள்.

இப்ப போட்டா எடுத்த மாதிரியே இதுவரைக்கும் அவனை பத்து போட்டாவாச்சும் எடுத்திருப்பாக. ஆனா ஒருத்தராவது போட்டோவைக் கண்ணிலே காட்டலை. தன் போட்டாவைப் பார்த்து விட மாரிக்கு ஆசையாய்த் தானிருந்தது. வந்த பேப்பர்க்காரனெல்லாம் வாரப் பத்திரிக்கைக்காரனென்று சொன்னார்கள். எப்பிடியும் பாத்திரணும் என்று மட்டும் மனசில் நினைத்துக் கொண்டான்.

இப்போதே வீட்டுக்குப் போக அவனுக்கு மனசில்லை. இப்படியே கொஞ்ச நேரம் மடத்தில் இருந்துவிட்டு அல்லது கிணற்றில் வேட்டுப்போடுவதை வேடிக்கை பார்த்துக் கொண்டிருந்துவிட்டுக் காட்டுக்குப் போயிருக்கிற ஆத்தா திரும்பி வந்தபிறகு போனாப் போதுமென்று நினைத்தான்.

இப்பமே போனா வீட்டிலே ஒத்தையிலே உத்கார்ந்திருக்கணும். ஒத்தையிலிருக்கப் பயமாயிருந்தது. தனியா இருந்தா நடந்ததெல்லாம் திருப்பித்திருப்பி யேவுகத்துக்கு வரும். ஒவ்வொண்ணா மனசில வந்து - அன்னைக்கு நைட் வேலைக்கு டவுனுக்குப்போனது - போற வழியில் சேவு வாங்கித் தின்னது - பயர் ஆபீசில் பாதி வேலையில் எல்லோருக்கும் முந்தி இவனும் காளியும் தூக்குவாளிச் சோத்தை காலி பண்ணினது - கை கழுவ பைப்படிக்குப் போனது - பைப்பின் வாயில் விரலை வைத்து காளி இவன் மேல் தண்ணியைப் பீச்சி அடித்தது அப்போ படார் படார்னு தட்டிக்குப் பின்னாலே வெடிச்சத்தமும் கூப்பாடும் கேட்டது - இவர்கள் உள்ளே ஓடினது - புகையும் நெருப்பும் கூக்குரலும் வெடிச்சத்தமும் - 'ச்சேய்' தலையை உதறிக்கொண்டான். அழுகை வந்தது. வீட்டுக்கே போனான். ஆத்தா வருகிற வரைக்கும் வீட்டு வாசலில் கிடந்த உரலில் உட்கார்ந்து காலை ஆட்டிக்கொண்டு கண்டதைக் கடியதை நினைத்துக் கொண்டிருந்தான். ஆத்தா வந்து சோறாக்கிச் சாப்பிட்டு விட்டு படுத்தார்கள். படுக்குமுன் பூசாரி கொடுத்த விபூதியை மாரியின் நெஞ்சிலும் தடவிவிட்டு சாமி கும்பிட்டாள் ஆத்தா.

எந்தச் சத்தமுமில்லாமல் அமைதியாயிருந்தது. எங்கும் இருட்டாயிருந்தது.

திடீரென காளியப்பன் பைப்பில் விரலை வைத்து மாரியின் மேல் தண்ணியைப் பீச்சியடித்தான். ''ஏ... சும்மாரு... சொன்னாக் கேளு.... பெறகு நான் ஒம்மேலே எச்சிக்கையை ஒதறிருவேன். சொன்னாக் கேளு. தண்ணி அடிக்காதே..... எச்சியத் துப்பிருவேன்.''

ஆனால் காளியப்பன் நிறுத்தவேயில்லை. தண்ணியைப் பீய்ச்சிக் கொண்டேயிருந்தான். மாரிபுரண்டு படுத்தான். புகையாய் வந்தது. இருட்டுப்புகையும் 'கக்கக் அழுகுரலும் கேட்டன. கழுத்தை அறுக்கும்போது ஆடு கதறுகிற மாதிரி மனிதக் குரல்கள் பயங்கரமாகக் கேட்டன. மாரி ஓடினான்.

பதைத்தான். பதறியடித்து ஓடித் தவித்தான். திரும்பவும் புரண்டு படுத்தான். எந்தவிதத் தடையுமில்லாத சுத்தமான நீண்ட ரோட்டில் ஓடிக்கொண்டிருந்த மாரிக்கு திடீரென கைகால்கள் விளங்காமல் போய்தடுமாறி விழுந்தான். எழுந்து பார்த்தான் முடியவில்லை.

எதுவோ யாரோ கீழே பிடித்து இழுப்பது தெரிந்தது. உதறினான். முடியவில்லை. உடம்போடு ஒட்டி வந்தது அது - சதைப்பிண்டம். பாதி

வெந்தும் வேகாமலும் குதறிப் பழுத்த வெளிறிய சதை. யாரோ வந்து அவனிடமிருந்து அந்த வெந்த பிணத்தை பிய்த்து சதை சதையாக எடுத்து.. மாரி பயந்து அலறினான்.

பக்கத்தில் படுத்திருந்த ஆத்தா அலறியடித்து எழுந்து அவனைத் தூக்கி அமர்த்தி உலக்கி, ''அய்யா.......... ராசா........... எங்கண்ணு'' என்றபடி அவனைக் கட்டிக்கொண்டு தடவிக் கொடுத்தாள். அவன் கண்களை இறுக மூடிக் கொண்டு பல்லைக் கடித்தபடி கை கால்கள் நடுங்க ஸ்.....ஊ.........ஊஊ.... என்று ஊளையிட்டுக் கொண்டிருந்தான். அவனைக் கட்டிக் கொண்டு பத்து வருஷத்துக்கு முன் மஞ்சள் காமாலையில் செத்துப்போன மாரியின் அய்யாவை நினைத்தபடி ''தெய்வமே ..... என்னை ஏன் இப்படிக் கொல்லுதே..''ன்னு கூக்குரலிட்டு அழுதாள் ஆத்தா.

இப்பவெல்லாம் தினம் ராத்திரி இப்படித்தான் நடக்கிறது. கொஞ்ச நாள் போனால் மாரியின் பயம் தெளிந்துவிடும் என்று சொன்னார்கள். அதெல்லாம் போகாதென்றும் சிலர் சொன்னார்கள். ஆரம்பத்தில் அவன் அலறல் கேட்டு பக்கத்து வீட்டுக்காரர்கள் எழுந்து வந்து சித்தநேரம் இருந்து தேற்றிவிட்டுப் போனார்கள். இப்போது அவன் குரல் கேட்டதும் புரண்டு படுத்து தூக்கச் சடவில் 'பாவம் முனகிக்கொண்டார்கள். ஆத்தாதான் பாவம். அவன் நடுங்கி அலறும் போதெல்லாம் விபூதி பூசினாள். புலம்பினாள். அழுதாள். மாரியாத்தாவுக்கு மொட்டை போடுவதாக நேத்தி கடன் போட்டாள். வேண்டாத சாமியையெல்லாம் வேண்டிக்கொண்டாள். ஒண்ணு ரெண்டு தடவை டவுன் கவர்மெண்டு ஆஸ்பத்திரிக்கும் கூட்டிப்போய் அந்த நர்சுமார்களிடமும் கம்பவுண்டர் மார்களிடமும் வசவு வாங்கிக்கொண்டு திரும்பினார்கள்.

இருப்பினும் இரவைக் கிழித்துக் கொண்டு அவனது ஊளையும், தொடர்ந்து அவளது ஒப்பாரியும் தினமும் கேட்கத்தான் செய்கிறது இன்னும் - அந்த ஊரின் எல்லை வரைகூட அந்தக் குரல்கள் எட்டுவதில்லை என்றாலும்.

சுப்புத்தாய்

தம்பிப்பயலை சேலை முந்தானைக்குள் சுற்றி மூடிக்கொண்டு ஆத்தாளும் ஏறிவந்து பஸ்ஸில் உக்கார்ந்த பிறகுதான் சுப்புத்தாய்க்கு மனசு கொஞ்சம் நிலைகொண்டது. எந்த நேரத்திலும் ஆத்தாளை பஸ்ஸில் ஏறக்கூடாதுன்னு ரத்தினம் தடுத்து விடுவானோ என்று பயந்து கொண்டே யிருந்தாள். நேத்து ராத்திரி ஊருக்குத் திரும்பும்போதே ரத்தினத்துக்கிட்டே சுப்புத்தாயி கேட்டிருந்தாள்.

''எங்க ஆத்தாளுக்கு மேலுக்குச் சுகமில்ல. ஆஸ்பத்திரிக்கி கூட்டிட்டுப்போகணும். நாள ஒரு நாளக்கி எங்க ஆத்தாவையும் நம்ம பஸ்ஸிலே ஏத்திக்கிற மாட்டியாண்ணே....''

முதல்ல மாட்டேன்னுதான் சொன்னான். கூட வந்த பிள்ளைகளும் பாப்பக்கா மாதிரி பெரிய பிள்ளைகளும் கெஞ்சப் போயி கடைசியில் ''சரி வரட்டும் நம்பமுடியாது. நேரத்துக்கு ஒண்ணு பேசக்கூடியவன் அவன்.

''தீப்பெட்டியாபீசிலே வேலை பாக்குறவுகளை ஏத்திட்டுப் போகத்தான் முதலாளி இந்த வண்டிய விட்ருக்காரு. ஒங்க வீட்ல இருக்கறவுகள ஏத்திக்கிட்டு டவுனுக்கு சண்டிங் அடிக்கதுக்கில்ல.... என்று சமயத்தில் சட்டம் பேசி விடவும் செய்வான். அப்படி எத்தனையோ சட்டம் பேசியும் இருக்கான்.

அதனால் ஆத்தா ஏறி உட்கார்ந்த பிறகுகூட சுப்புத்தாயிக்கு மனசு 'திக்திக்'கென்று தானிருந்தது.

பஸ் கிளம்பி வடபட்டி விலக்கை தாண்டின பிறகுதான் பயமில்லாமல் ஜன்னல் வழியே வேடிக்கை பார்த்தாள். தூரத்தில் மானம் ரொம்ப சிகப்பாய் இருந்தது. இன்னும் சூரியன் வரவில்லை. குளுந்த காத்து மூஞ்சியிலடித்தது. வாடையடிக்காமல் தம்பிப்பயலை ஆத்தா நல்லா பொத்தியிருக்காளா என்று ஒரு வட்டம் பார்த்துக் கொண்டாள். நல்லவேளை முதல் 'திரிப் விட்டுன்னு விடியமின்னயே ஊருக்குள்ள வந்துரும். பனியோடயும் குளுரோடயும் போகணும். ஆத்தாளுக்கு சன்னியே வந்துரும். மாரித்தாயே......... எங்க ஆத்தாளுக்கு காச்சல் சரியாப்போகணும் தாயே..... என்று மனமுருகி ஒரு முறை மனசுக்குள் கும்பிட்டாள்.

இப்ப வண்டி டவுனுக்குள்ளே போகவும் வெயில் வரவும் சரியாக இருந்தது. ஆனா வெயில் வந்து ரொம்ப நேரங் கழிச்சுத்தான் பெரியாஸ்பத்திரி தொறக்கும். அதுவரைக்கும் ஆத்தாளையும் தீப்பெட்டிக் கம்பெனியில தான் உக்கார வச்சிருக்கணும். கணக்கன் வஞ்சாலும் வைவான். கணக்கனை நினைச்சதும் பழையபடிக்கி மனசு 'கெதக்கெதக் ''சும்மா கூட்டியாடி; கணக்கன் ஒண்ணுஞ் சொல்லமாட்டான்''னு தைரியம் சொன்னாள்.

ஆத்தாளை தம்பிப்பயலுடன் மருந்து அரைக்கிற ரூம்புக்கு அடுத்த தட்டி மறைசலில் உட்கார வைத்தாள். அந்த இடத்திலதான் வாடக்காத்து அடியாமல் இருக்கும். லேசாக கருமருந்து வீச்சம்தான் எடுக்கும். உள்ளே வந்ததும் கணக்கன் ஒருமாதிரி ஆத்தாளை முறைத்துப் பார்த்தான். ''இங்கன உட்காரப்புடாது''ன்னு சொல்லிருவானோ என்று சுப்புத்தாயி பயந்தாள். கணக்கன் ரொம்ப மோசமானவன். எல்லாப் பிள்ளைகளையும் தினம் கெட்ட வார்த்தையில் வைவான். அவன் இருந்தால் ஒருத்தரும் பேசக்கூட மாட்டார்கள். நல்லவேளை அவன் ஆத்தாளை ஒண்ணும் சொல்லவில்லை. ம்க்கும்...கும்... என்று கனைத்துவிட்டு பேசாமலிருந்து விட்டான்.

ஆத்தாளை அங்கே உட்கார வைத்துவிட்டு மத்த பிள்ளைகளோடு தீப்பெட்டி ஒட்ட வந்துவிட்டாள். மேலுக்கு சேட்டமில்லாமல் போனதிலிருந்து ஆத்தா வேலைக்குப் போகவில்லை. இவ ஒட்டிக் கொண்டு போற துட்டுத்தான். இன்னைக்கு கூட கணக்கரிடம் அஞ்சு ரூவா அட்வான்ஸ் வேணுமின்னு கேட்டாள். ஆத்தாளுக்கு குளுகோஸ் பொடி தண்ணியில் கலந்துகொடுத்தால் நல்லதென்று எல்லோரும் சொன்னார்கள். அத வாங்கிட்டு ஆத்தா டவுன் பஸ் ஏறிப்போகணுமே என்று அட்வான்ஸ் கேட்டாள். ''அதெல்லாம் மொதலாளி வந்தப்பெறகு கேட்டுத் தான் சொல்ல முடியும்'' என்று கணக்கன் கறாராகச் சொல்லி விட்டான். துட்டு கிடையாமல் போயிருமோ என்று நினைச்சாலே

அவளுக்கு தொண்டையை அடைச்சது. அதெல்லாம் முதலாளி குடுப்பாரு பாரேன் என்றுகூட இருந்த பிள்ளைகள் தைரியம் சொன்னார்கள்.

முதலாளி குடுப்பார். அவர் கணக்கன் மாதிரி அசிங்கப் பேச்சே பேச மாட்டார். சில்க் வேட்டியும் சில்க் சட்டையும் போட்டுக்கிட்டு ஜம்முன்னு இருப்பார். எந்நேரமும் அவர் சட்டைப்பைக்குள் ரூவாத்தாள் இருந்துக்கிட்டே இருக்கும். ஆனா அவர் பத்து மணிக்குத்தான் மோட்ரிபைக்கில் வருவார். அதுவரைக்கும் சும்மா இருக்கிறதுக்கு என்னத்தையாச்சும் ஒட்டலாமே என்றுதான் ஒட்டவந்தாள். ஆனால் நொட்டாங்கையில் பெரிசு பெரிசாக சிரங்கு வெடிச்சிருந்ததால் எப்பயும் போல வேகமாக ஒட்ட முடியவில்லை. பசை சிரங்கில் பட்டாலே தீயாய் காந்தியது. பஸ்ஸில் வரும்போதும் குளிந்த காத்து வீசியடிச்ச போது சிரங்கு ‘விண்விண்’ணென்று தெறிந்தது.

ஊடே ஊடே தம்பிப்பயல் அழுகிற சத்தம் கேட்டது. அவனுக்கு பசிச்சிருக்கும். ஆத்தாளுக்கு காச்சல் வந்ததிலிருந்து அவனுக்கு பால் கிடையாது. கேப்பை மாவுதான் கரைச்சுக் குடுத்தார்கள். ஆத்தா பால் கொடுத்தால் அவனுக்கும் காச்சல் வந்துரும் என்று பயந்தார்கள். சிணுங்கிச் சிணுங்கி பிறகு ஒரேயடியாக அழுதான் தம்பி. ஒட்டுவதை நிறுத்திவிட்டு எழுந்திரிச்சுப் போய் எட்டிப்பார்த்தாள். அழுகையை அமர்த்திப் பார்த்து முடியாமல் ஆத்தாள் அவனுக்குப் பால் கொடுத்து விட்டாள். ‘ஆவ் ஆவ் பார்க்க பாவமாயிருந்தது. அதப் பார்த்ததும் சுப்புத்தாயிக்கு அழுகை வந்தவிட்டது.

கண்ணைத் துடைத்துக்கொண்டு மறுபடி ஒட்ட வந்தாள். இனிமே தம்பிப்பயலுக்கும் காச்சல் வந்துருமே என்று மனசுக்குள் அழுகை முட்டி வந்தது. இப்ப அவன் அழுகிற சத்தம் கேட்கவில்லை. அவன் ரொம்ப நல்லவன். கெட்டிக்காரன். தங்கக்கட்டி. ரொம்ப அறிவுள்ளவன். பசிச்சா மட்டுந்தான் அழுவான். அமத்திட்டா பிறகு சிரிச்சுக்கிட்டு ஆ.... ஊ....ன்னு பேசுவான். மத்த பிள்ளைகளை மாதிரி சும்மா ஓயாம நைய் நைய்யினு..... அழமாட்டாள். பாலைக் குடுத்து தொட்டில்ல போட்டுட்டு ஆத்தா காட்டுக்குப் போனாலும் திரும்பி வர வரைக்கும் பேசாம படுத்துக்கிடப்பான். அவனப்பத்தி நினைக்க நினைக்க அழுகையில் தொண்டை அடைத்தது. திடீரென்று ஆத்தா யார் கூடவோ சண்டை போடுகிற மாதிரி கூப்பாடு கேட்கவும் ஒட்டுவதைப்போட்டுவிட்டு பதறிக்கொண்டு அவளும் மத்த சில பிள்ளைகளும் ஓடினார்கள். எழுந்து நின்று அவிழ்ந்த தலையைக்கூட அள்ளி முடியாமல் ஒரு கையால் பால் கொடுத்த ரவிக்கையை அவசரமாய் இழுத்து இழுத்து மூடியபடி

அழுகையும் ஆத்திரமுமாக கணக்கனை வைது கொண்டிருந்தாள். பாப்பாக்காளும் ஆத்தாளோடு சேர்ந்து கொண்டு கணக்கனை தாறுமாறாக வைதாள். கணக்கன் தப்பு எதுமே செய்யாத நல்லவன் மாதிரி ''மொதல்ல நீ இடத்தைக் காலி பண்ணு. இங்கன யாரும் ஒக்காரக் கூடாது'' என்று பதிலுக்கு விரட்டினான். ''ச்சீ... மானங்கெட்ட பயலே...'' என்று ஆத்தா அவனை வைது காரித்துப்பினாள். சுப்புத்தாய் திகிலடைந்து நின்றாள்.

அந்நேரம் முதலாளி ஸ்கூட்டர் வண்டியில் வந்து விட்டார். வந்ததும் வராததுமாக பாப்பாக்கா, அவரிடம் முறையீடு செய்தாள். ஆத்தாள் எதுவும் போசமல் கண்ணீர் உகுத்தபடிக்கு நின்றாள். சுப்புத்தாயிக்கு அவள் நின்ற கோலத்தைப் பார்க்க சகியாமல் நெஞ்சுக்கூடு வெந்து விடும்போல பெருமூச்சும் அழுகையுமாய் வந்தது. எல்லாத்தையும் கேட்டுவிட்டு முதலாளி கணக்கனைப் பார்த்து ''ஏ... காலங்காத்தால.... போயி வேலையைப் பாருப்பா'' என்று சொல்லிவிட்டு சுப்புத்தாயைக் கூப்பிட்டு அஞ்சு ரூபாயக் குடுத்து ''கூப்பிட்டு போம்மா'' என்று அனுப்பி விட்டார். ஆத்தாளை பஜார் வழியே வெயில் படாமல் ஓரமாக பார்த்து கூட்டிக்கொண்டு பெரியாஸ்பத்திரி போனாள். சீட்டு வாங்காமல் வரிசையில் நின்னதுக்காக நர்ஸம்மா கண்டமானக்கி வைதாள். பிறகு சீத்டு வாங்கிக்கொண்டு வரிசையில் நின்றார்கள். சத்தம் வெளியே கேட்டுவிடாமல் ஆத்தா ஏங்கி ஏங்கி அழுது கொண்டேயிருந்தாள். அய்யாவை நினைச்சுத்தான் அவள் அழுகிறாள் என்பது தெரிந்துவிட்டது. அய்யாவை நினைச்சதும் சுப்புத்தாயிக்கும் அழுகை வெடித்துக் கொண்டு வந்தது.

பல்லைக் கடித்து எச்சிலைக்கூட்டி விழுங்கி மனசை அடக்கிக் கொண்ட ஆத்தாளின் கையை ஆதரவாகப் பற்றி ''வேண்டாந்த்தே... அழுகாதே........ அழுகாதத்தே'' என்று தேற்றினபடி சிரங்குக்கையை யாரும் இடித்துவிடாமல் வரிசையோடு நகர்ந்து கொண்டிருந்தாள்.

வார்த்தை

அநேகமாய் எல்லாம் தயார் பண்ணியாச்சு. சோலையப்பனுக்கு ரொம்ப சந்தோஷமும் திருப்தியும். இருப்பதில் நல்லதாக - குண்டிக்கு நேரே கிழியாததாக இரண்டு டவுசரும், எல்லாப் பித்தானும் இருக்கிற ஒரு சட்டையும், துவைத்து, மடித்து - மடிப்பு நல்லா விழுவதற்காக 'டிரங் வீட்டிலிருந்து ஒருசின்ன பிளாஸ்டிக் பையும் வாங்கி வந்து தூசியெல்லாம் தட்டி ஈரத்துணியால் துடைத்து ஓடியிருந்த அழுக்கெல்லாம் நீக்கியாச்சு. இனி போவதற்கு முதல்நாள் இந்தப்பையைக் கொஞ்சம் எண்ணெயில் முக்கிய துணியால் துடைத்து விட்டால் போதும். புதுசு மாதிரியாகி விடும்.

இதில் கொஞ்சம் அவனுக்கு மனக்குறை தான். தோளில் தொங்கப்போடுகிற மாதிரி பளபளன்னு ஒரு 'ஏர் பேக் வீட்டில் இருக்கத்தான் செய்கிறது. தூசி படாமலிருக்க அதைத் துணியால் சுற்றி வீட்டில் குறுக்குவிட்டத்தில் ஒரு கம்பியில் தொங்கவிட்டுத்தான் வைத்திருந்தார்கள். ஆனால் அதை அவர் தரவில்லை. இவன் கேட்டுக் கூடப்பார்த்துவிட்டான். ''ச்சே அதத் தரப்படும்? இன்னைக்கு ஒனக்கு குடுத்தம்னா நாளைக்கு ஆள் ஆளுக்கு கேக்க ஆரம்பிச்சிருவாக. நீ சும்மா இதவே கொண்டுபோ........'' என்று சொல்லி பரண் மேலே ஏறித் தேடி எடுத்து இந்தப் பையைக்

கொடுத்துவிட்டார். அதில் இவனுக்கு அவர் மேலே வருத்தம்தான். அவர் இந்தப் பையைக் கொடுத்ததும் அவனுக்கு லேசாய் அழுகை கூட வந்துவிட்டது.

அப்புறம் ஒரு பழைய மண்டையடித் தைல பாட்டிலையும் கழுவித் துடைத்து துப்புரவு பண்ணி வைத்துக்கொண்டான். அது தேங்காய் எண்ணெய் கொண்டுபோக. எண்ணெய் தேய்க்காவிட்டால் அவனுக்கு மேலெல்லாம் சொங்குவத்திப் போய் சொறிசொறியாய் தெரியும்; அதுதான். போகிற இடத்தில் இவனுக்கும் கண்ணாடியும் சீப்பும் தருவதாக செவன்த் 'பி அது போதும். கணக்கு வாத்தியார் வீட்டுக்குப்போய் 'நியூஸ்பேப்பர் கட்டுச்சோறு கட்ட. ஆறு பொட்டணம் போடணுமே. ரெண்டு நாளைக்கில்ல வேணும்.

இந்தப் பை ஆறு பொட்டணமும் சட்டை டவுசரும் வைக்கப் போதுமா என்றொரு சந்தேகம் இவனுக்கு வந்துகொண்டேயிருந்தது. பத்துத் தடவையாவது ஆத்தாவிடம் கேட்டிருப்பான். அவளென்னமோ கொஞ்சங்கூட சந்தேகமில்லாமல் ‘‘ஏ.... யப்பா.... இதுல வைக்கலாமே எம்புட்டுச்சாமான்'' என்று ரொம்ப உறுதியாகச் சொல்லிக் கொண்டிருந்தாள்.

இப்போது நாலைந்து தரமாக, காலேஜ் படித்துவிட்டு சும்மாயிருக்கிற முருகேச அண்ணன் வீட்டுக்கு நடையாக நடந்து கொண்டிருந்தான். அந்த அண்ணனிடம் 'கூலிங் கிளாஸ் அதுக்காகத்தான். தாரேன்னு தான் சொல்லியிருக்கு. இருந்தாலும் கையிலே வாங்குகிற வரைக்கும் மனசு நிக்குமா. இந்தத் தடவை ‘‘ஏய்... சத்தியமா தாரேம்ப்பா.... போற அன்னைக்கு காலையிலேயே வேணுமின்னாலும் வாங்கிக்கோ'' என்று இவன் தலையிலே அடித்துச்சொல்லி விட்டதும் ரொம்ப திருப்தியுடன் திரும்பினான் சோலை. முருகேச அண்ணன் ரொம்ப நல்ல குணம். அவனுக்கு அப்பப்போ இங்கிலீஷ், கணக்கு சொல்லித் தருவதும் அதுதான். அதுகிட்ட படிக்கிறதுனாலே தான் இப்ப இவன் ஒவ்வொரு மாசமும் எல்லாப் பாடத்திலேயும் பாஸ் பண்ணி விடுவதோடு ஆறு அல்லது ஏழாவது ரேங்க்கிலேயே இருந்து கொண்டு மிருக்கிறான். ரொம்ப முக்கியமாக அந்த குருநாதனை 'பீட் பண்ணிட்டான்.

டவுனில் தீப்பெட்டி வேலைக்குப்போன பிள்ளைகளைத் திருப்பிக் கொண்டு வந்து விடுகிற 'தீப்பெட்டி ஆபிஸ் கார் சிம்னி விளக்கின் முன்னால் காலை மடித்து வாகாய் உட்கார்ந்துகொண்டு தெருப்பூரா கேட்கும்படியாக சத்தம் போட்டு ஒவ்வொரு பாடமாக படிக்கிற அவனுடைய குரல் இன்றைக்குக் கேட்கவில்லை. புஸ்தகம் விரித்திருக்க, பார்வை அதில் நிலைத்திருக்க, நினைவு மட்டும்

எங்கெங்கோ சுற்றிக்கொண்டிருந்தது. கொஞ்ச நேரத்தில் புத்தகத்தை மூடிவிட்டு விளக்கையும் அணைத்துவிட்டு வெளித்திண்டில் காற்றாட படுத்திருந்த அய்யாவோடு சேர்ந்து ஒட்டிப் படுத்துக் கொண்டான். ஆனால் தூக்கமும் வரவில்லை.

''கன்னியாகுமரியிலே வேறே என்ன சார் இருக்கு?''

''காந்தி மண்டபம் இருக்கு. அது மேலே ஏறி நின்னு பார்த்தா மூணு கடலும் சங்கமமாகிறது தெரியும். மண்டபத்துக்குள்ளே காந்தி நின்ன இடம் ஒரு பீடம் மாதிரி இருக்கும். காந்தி ஜெயந்தியன்னிக்கு மாத்திரம் அதுமேலே சூரிய ஒளி விழுகும்.''

''அதெப்பிடி சார் அன்னிக்கு மட்டும் விழுகும்?''

''அது அப்பிடித்தாம்லே மூதி... சரி சரி பாடத்தக் கவனி. மிச்சமெல்லாம் நாளைக்கி....''

சோலையப்பன் கண்களைத் திறந்தபடியே கனவு கண்டு கொண்டிருந்தான். பள்ளிக்கூடத்தில் ஒரு வாரமாக இதே பேச்சுத்தான். பள்ளிக்கூடத்தில் மட்டுமில்லை ஊருக்கு வந்தும் பல பேரிடம் பலமுறை திரும்பத் திரும்ப இதே பேச்சுதான். கன்னியாகுமரி, திருவனந்தபுரம், கொல்லம், புனலூர், குற்றாலம் என்று.

இன்னும் ஒரே ஒரு நாள்தான் இடையில் இருக்கிறது. யப்பா! நினைத்தாலே சோலைக்கு 'எப்படியோ' இருந்தது. நாளைக் கழிச்சு இந்நேரம் உல்லாசப் பயணம். நாளைக்கு கழிச்சு சாயந்தரமே சாப்பிட்டுட்டு சாப்பாடு, துணிமணியோடு பள்ளிக்கூடத்திலே போய் படுத்துக்கிறணுமாம். ஒரு மணிக்குள்ள பஸ் வந்திரும். உடனே கிளம்பி அதிகாலை சூரிய உதயம் பாக்க கன்னியாகுமரி போயிறணுமாம். பிறகு அங்கே எல்லாம் சுற்றிப்பார்த்துவிட்டு சுசீந்திரம் போய்விட்டு திருவனந்தபுரம். அங்கே மிருகக்காட்சிசாலை, மீன்காட்சி மூசியம், கோவளம், பத்மநாபசாமி கோயில் எல்லாம் பாக்கணும். கோயிலுக் குள்ளே சட்டை போடமத்தான் போகணுமாம். சட்டை போடாட்ட மேலே இருக்கிற சொங்கும் சொறியும் வெளியே தெரியுமே என்று சோலை கவலைப்பட்டுக் கொண்டான். அதற்கென்ன உள்ளே போகாமல் இருந்துவிட்டு போகிறது என்று சமாதானமும் சொல்லிக்கொண்டான்.

சோலை இதுவரை கடல் பார்த்ததில்லை. அதை நினைக்கும் போதே கற்பனையிலேயே பிரமிப்பாக இருந்தது. அய்யாவிடம் நூறு வாட்டமாவது கேட்டிருப்பான். கையை விரித்து விரித்துகாட்டி இவ்வளவு பெரிசு இருக்குமா இவ்வளவு பெரிசு இருக்குமா என்று.

அப்புறம் கேரளாவிலே மலையாளம்தான் பேசுவார்களாம். அங்கே யாரிடமாவது பேச வேண்டி வந்தால் என்ன செய்வதென்று யோசித்து பலமுறை மனசுக்குள் பலவிதமாக இங்கிலீஷில் பேசிப் பார்த்துக் கொண்டான். ''வாட் இஸ் யுவர் நேம்? வாட் ஆர் யூ டுயிங்?'' ''மை நேம் இஸ் எல். சோலையப்பன். சிக்ஸ்த் ஸ்டாண்டர்டு. ஏ. கவர்ன்மெண்ட் ஹைஸ்கூல், மேட்டுப்பட்டி. மை நேடிவ் ப்ளேஸ் இஸ் கே. சிவந்தியாபுரம். இட் இஸ் எ ப்யூத்டிபுல் வில்லேஜ். மை பாதர் இஸ் எ ஓர்க்கர்.''

இது மட்டுமல்லாமல் முருகேச அண்ணனிடம் கேட்டு விசாரித்து ''வேர் இஸ் ஓட்டல்?'' ''வாட் ப்ரைஸ் இஸ்திஸ்?'' ''எண்ட பேரு சோலையப்பன்'' என்பது மாதிரி சில புது விஷயங்களையும் மனசில் தயார் பண்ணிக்கொண்டான்.

அப்புறம் திடீரென்று - கொண்டுபோக வேண்டிய சாமான்கள் எல்லாம் தயாராகிவிட்டதா என்று மனசில் சரிபார்க்க ஆரம்பித்து விட்டான். பல்பொடி தாளில் மடித்து வைக்கணும். மறந்துவிடக்கூடாது. ஐயாவிடம் துண்டை வாங்கி துவைத்து விடணும். நாளை சோறு கட்டுவதற்கு இலை அய்யா வாங்கித்டு வந்திருவார். கட்டுச்சோற்றை நினைத்தால் இப்பவே நாக்கில் எச்சில் ஊறி 'கிளுகிளுப்பாய் இருந்தது'.

காலையின் ஏறு வெயிலில் பள்ளிக்கூடத்திலிருந்து தன் ஊரை நோக்கி 'லொங்கு லொங்கு கொண்டிருந்தான் சோலை. முதல் பீரியடு தான் முடிந்திருந்தது. வந்த உடனேயே 'கிளாஸ் டீச்சர் சொல்லி விட்டார். ''உல்லாசப் பயணத்துக்கு இன்னும் ரூவா குடுக்காதவனெல்லாம் எந்திரி. இன்னைக்கு மத்தியானம் ஒரு மணிக்குள் எல்லாம் ரூவாயை பி.கே. சார்வாள்கிட்ட குடுத்திடணும். அப்பிடிக் குடுக்காதவன் சாயந்தரம் டூர் கிளம்பையில வரவேண்டியதில்லை.''

ரூபாய் கொடுக்காத மற்ற ஏழெட்டுப் பையன்களைப்போல சோலையும் ஊரைப் பார்த்து ஓடிக்கொண்டிருந்தான். சோலை பத்து ரூபாய் ஏற்கனவே கொடுத்துவிட்டான். இன்னும் முப்பது ரூபாய் தரவேண்டும். ராத்திரி கிளம்பு முன்னே கொடுத்துவிடலாம் என்று அய்யா சொல்லியிருந்தார்.

வேர்க்க விறுவிறுக்க மேல்மூச்சு கீழ்மூச்சு வாங்க ஓடிவந்து ''யாத்தோவ்.....'' என்று கத்தியபடி வீட்டுப்படி ஏறினான். வீடு நாராங்கி போட்டுப் பூட்டியிருந்தது. கதவை ஒரு எத்து எத்திவிட்டு தெருவில்

இறங்கி ஓடினான். செல்லையா நாயக்கரின் ஓடைப் பிஞ்சைக்கு களையெடுக்க அவள் போயிருப்பதாக முத்துப்பாட்டி சொன்னதும் விழுந்தடித்துக் கொண்டு ஓடினான் ஓடைப்பிஞ்சைக்கு.

இவன் ஓடி வருவதைக் கண்டதும் ஆத்தாள் வேலையை விட்டு எழுந்து எதிர்கொண்டு ''என்னய்யா வந்துட்டே....'' என்று கேட்டாள். ஆத்தாளைக் கண்டதும் முதலில் அவனுக்கு அழுகைதான் உடைத்துக் கொண்டு வந்தது. ஆத்தா அவனை இழுத்து ஆதரவாக அணைத்துக் கொண்டு ''ஏன்யா......... எதுக்குய்யா, அழுவுதே........'' என்று கேட்டாள். அழுகையினூடே விக்கி விக்கி, மத்தியானத்துக்குள் ரூபாய் கொடுக்க வேண்டிய விஷயத்தைச் சொன்னான். ஆத்தாள் அவனை அணைத்தபடி முதுகைத்தடவிக் கொடுத்து ''சரி அதுக்காக அழுகாதய்யா.... ராசால்ல! மத்தியானத்துக்குள்ள மொதலாளி நாய்க்கரிட்டேயிருந்து ரூவா வாங்கிட்டு வந்துருதேன்னு அய்யா சொல்லிட்டு போயிருக்காக.... அழுவாதேய்யா..'' என்று அவனைத் தேற்றினாள்.

சற்று நேரத்தில் அழுகையை அவன் நிறுத்திவிட்டாலும் ''இப்பவே வந்து ரூவா வாங்கிக் கொண்டு'' என்று அவளை அனத்த ஆரம்பித்து விட்டான். அவளோ கொஞ்சம்கூட இது இல்லாமல் இவனை வரப்பு மேட்டில் இருத்திவிட்டு வேகமாய் களை எடுக்க ஆரம்பித்துவிட்டாள். தன் நிரையை வேகமாக முடித்துவிட்டு மத்தியானத்துக்குள்ளே மகனோடு கிளம்பினாள் மொதலாளி நாய்க்கர் வீட்டுக்கு. அங்கேதான் அய்யா கூலிக்கு நிற்கிறார்.

போன நேரத்தில் சோலையின் அய்யாவும் அங்கே இல்லை. நாய்க்கரும் இல்லை. நெல் அரைக்க வண்டியைப் போட்டு அவனை டவுனுக்கு அனுப்பியிருப்பதாகவும் ரூபாய் விஷயமெல்லாம் தனக்கொன்றும் தெரியாதென்றும் அதெல்லாம் நாயக்கரிடம்தான் கேட்க வேண்டுமென்றும் நாயக்கரம்மா சொன்னபோது ஆத்தாளின் சேலையை பிடித்தபடி அவள் பின்னால் நின்றுகொண்டிருந்த சோலை மறுபடியும் விக்கி விக்கி அழ ஆரம்பித்துவிட்டான். நாய்க்கரம்மா அவனைப் பார்த்து இரக்கப்பட்டு குடிப்பதற்கு 'மோர் தரட்டுமா கேட்டது. அவன் அழுதுகொண்டே மறுத்தான்.

வீடு திரும்பியதும் ஆத்தா தெரிந்த வீடுகளிலெல்லாம் ஏறி இறங்கிக் கொண்டிருந்தாள். அவ்வளவு பெரிய தொகையை அவளால் எங்கிருந்து புரட்ட முடியும்? முடியவில்லை. வீட்டு வாசலில் உட்கார்ந்து உடைந்து உடைந்து சோலை ஏற்கனவே அழ ஆரம்பித்திருந்தான். ஆத்தாளும் தவியாய்த் தவித்தாள். இருந்தாலும் அவளால் என்ன செய்துவிடமுடியும்?

நேரம் ஆக ஆக அழுகை பெரிதாகி ராத்திரி உல்லாசப் பயணம் போகிற பயல்களெல்லாம் "டேய் சோலை வல்லியாடா............" என்று கேட்டுப்போனதும் வெடித்துக் கதறினான். கண்ணெல்லாம் வீங்கி தொண்டை கட்டிப்போன பிறகும்கூட அவன் விசும்பிக் கொண்டுதான் இருந்தான்.

ஆத்தாளும் முதலில் பலவாறு அவனைத் தேற்றிப் பார்த்துவிட்டு "என் ராசா அழுவாதய்யா. இங்கரு... கண்ணெல்லாம் வீங்கிப் போச்சு பாரு........ வேண்டாய்யா... நம்ம விசாகத் திருவிழாக்கு திருச்செந்தூர் போவமில்ல... என்ன அழுவாதே......." என்று தேற்றிப்பார்த்து முடியாமல் கொஞ்ச நேரத்தில் அவளுக்கும் அழுகை உடைத்துக்கொண்டு வந்தது. அவனை இழுத்து தன் வயிற்றோடு கட்டிக்கொண்டு விசும்பி விசும்பி சத்தமில்லாமல் அழுதாள். சாப்பிடாமலே ரெண்டு பேரும் ராத்திரி படுத்துவிட்டனர். தூங்குகிற அவனை அணைத்தபடி அவள் அழுது கொண்டிருந்தாள்.

ராத்திரி வீட்டுக்கு வராமல் நாய்க்கமார் தெரு மடத்திலேயே அய்யா படுத்துக்கொண்டான். எல்லா வேலையும் முடித்தபிறகு சாயந்திரமாக "இப்ப இவ்வளவுதான் இருக்கப்பா. இத வச்சி சமாளிச்சிக்க... இன்னும் ரெண்டு நாள் கழிச்சி பாப்பம்" என்று மொதலாளி நாய்க்கர் அவனிடம் ஒரு பத்து ரூபாயை மட்டும் கொடுத்திருந்தார். பழைய பாக்கியையும் அவர் ஞாபகப்படுத்தினார். இத்தோடு வருகிற வழியிலேயே சோலை அழுது புரளுவதைக் கேள்விப்பட்டு வீட்டுக்குப் போகாமல் அப்படியே திரும்பி அவனும் பலபேரிடம் கேட்டுப் பார்த்தான். எல்லாரும் கையை விரித்தார்கள். அல்லது 'நாளைத் தாரேன்' என்றார்கள்.

சோலையின் மூஞ்சியைப் போய்ப் பார்ப்பது என்று மனம் வெதும்பி மடத்தில் முடங்கிக்கிடந்தான். வயிறு பசித்தது. இருந்தாலும் சோலையின் முகத்தைப் பார்க்கிற தைரியத்தையும் பார்த்தும் சமாதானமாகச் சொல்வதற்கு ஒரு வார்த்தையையும் கண்டுபிடித்த பிறகுதான் அவன் வீட்டுக்குத் திரும்ப முடியும்.

பதிமூனில் ஒண்ணு

மனிதர்கள் கை கொடுக்காதபோது தெய்வத்தின் துணையை நாடும் நம்ம ஊர்வழக்கப்படி நடராஜன் பிள்ளையார் கோவில் வாசலில் கிடந்த ஒரு பாறையின் மேல் உட்கார்ந்திருந்தான். ஆனால் அவன் கோபமாக இருந்தான். அந்த தெய்வமும் கைகொடுக்காவிட்டால் மனுசனுக்குக் கோபம் வருமா வராதா? பிள்ளையாரை முறைத்தபடி உட்கார்ந்திருந்தான். நடராஜன் கோபத்துடன் வீசி எறிந்த பரீட்சை பேப்பர் பிள்ளையாரின் காலடியில் அலங்கோலமாக விரிந்து கிடந்தது. கோபம் அழுகையாக மாறி அழுகை கண்ணீராக மாறி அவன் கன்னங்களில் வழிந்து மேல்சட்டை போடாத அவன் நெஞ்சிலும் வயிற்றிலும் தெறித்தது. பித்தான் இல்லாத பள்ளிக்கூடத்து ஊதா டவுசரை இறுக்கி வயிற்றில் சொருகியிருந்தான். பொழுது இருட்டிக்கொண்டு வந்தது. பக்கத்து ஆலமரத்துக்கு அடைய வந்த பறவைகள் கூப்பாடு போட்டுக் கொண்டு கிடந்தன. மேயப்போன ஆடுகள் ஊர் திரும்பிக் கொண்டிருந்தன. கால்பரீட்சை லீவு பூராவும் அவனும் இது மாதிரி பெரிய நாயக்கர் வீட்டு ஆடுகளை மேய்த்துக் கொண்டுதான் திரிந்தான். ஒவ்வொரு லீவிலும் காடுகளுக்கு ஆடுகளோடும் மேயத்தான் போகணும். அவனுடைய அய்யா பெரிய நாயக்கர் வீட்டில்தான் வேலைக்கு நின்றார். ஆகவே தட்ட முடியாது.

கண்ணீரைத் துடைக்கவும் கைவரவில்லை. அய்யாவையும் ஆத்தாவையும் நினைத்தால் கண்ணீர் இன்னும் பெருகியது. திரும்பிக் கொண்டிருந்த ஆட்டுக் கூட்டத்திலிருந்து ஒரு குட்டி ஆடு துள்ளிக் குதித்து வந்து இவன் மேல் விழுந்தது. ரொம்ப நாள் பழக்கம் போல அவன் மேல் உரசிக் கொண்டு நின்றது. ஆத்திரம் பொங்க நடராஜன் அதை ஓங்கி ஒரு எத்துவிட்டான். குட்டி ம்மே... என்று அலறியபடி கூட்டத்தில் போய் விழுந்தது. மறுபடியும் அவன் தன் கண்ணீருக்குத் திரும்பினான்.

வேற சாமியே இல்லை என்று அவன் பிள்ளையாரிடம் வரவில்லை. அவனுடைய சொந்தத் தெருவான பள்ளத் தெருவிலேயே (அந்தத் தெருவுக்கு இப்போது மூன்று பெயர்ப்பலகைகள் வந்து விட்டன அம்பேத்கர் நகர், தியாகி இம்மானுவேல் பாசறை, டாக்டரய்யா போர்ப்படை) மூணு சாமிகள் இருந்தன. கருப்பசாமி, இடும்பன், மாரியம்மா என்று தெருவின் ஒவ்வொரு திருப்பத்திலும் ஒரு சாமி இருந்தது. நடராஜனுடைய சொந்த தாத்தா காயாம்புதான் இடும்பனுக்குப் பூசாரி. இதெல்லாம் போக அவர்களுடைய குலதெய்வம் சுடலைமாடன் விளாத்திகுளம் பக்கம் காட்டுக்குள் நிற்கிறான். அத்தனை சாமியையும் விட்டுவிட்டுத்தான் அவன் பிள்ளையாரிடம் வந்திருந்தான். அவர் மேலத்தெருக்காரர்களின் சாமிகளோடு பெருமாள் கோவிலுக்கு வடக்கே நிலை கொண்டிருந்தார். மூணு மாசமாக தினசரி பிள்ளையாரிடம் வந்து கொண்டிருந்தான். நடராசா... ஏ... அய்யா நடராசு.........என்று இப்போது அந்த மூணு தெருவையும் கடந்து அவனைத் தேடிக்கொண்டு அவனுடைய ஆத்தா வந்துவிட்டாள். அவசரமாக கண்ணைத் துடைத்தான். ஓடிப்போய் கீழே கிடந்த பரீட்சைப் பேப்பரை எடுத்து எட்டாக மடித்து டவுசருக்குள் திணித்தான். மறுபடி பாறையில் வந்து உட்கார்ந்து கொண்டான். "இருட்டிப்போன பிறகு இங்ஙன உக்காரக்கூடாதுய்யா. வா..... வீட்டுக்குப் போவோம்" என்று ஆத்தா அவன் கையைப் பிடித்துத் தூக்கினாள். "நான் வல்லை.... போ......" என்று முதலில் திமிறினான். மூணவாது தடவை அவள் "வாய்யா...." என்று இழுத்தபோது எழுந்து அவளோடு புறப்பட்டு விட்டான்.

நடத்திக்கூட்டிப் போகும்போதே ஆத்தா கேட்டாள். "பரிச்சையிலே பெயிலாப் போயிட்டயாக்குமயா?" அவன் கோபத்துடன் கையை இழுத்தான். கோபமும் அழுகையுமாக "எந்த நாயி சொன்னான்? நான் ஒண்ணும் பெயில் இல்லே...." என்று கத்தினான். "சரி சரி... கோபப்படாதய்யா... வா...." என்று இழுத்துக் கொண்டு

போனாள். அந்த நாய் ராமசாமிதான் ஆத்தாளிடம் சொல்லியிருப்பான். அவன் ஒரு மானங்கெட்ட நாயி. நாலு பாடத்திலே பெயினானாலும் அவன் பாட்டுக்கு அலைவான். ''நடராசா... என்ன இங்கிலீசு மறுபடி புடுங்கிருச்சா'' என்று பல்லைக் காட்டிக்கொண்டு இவனிடம் பேசுவான்.

ஆத்தாளும் அவனும் வீடு வந்து சேரும்போது நடராஜனின் அய்யா குளித்துவிட்டுச் சாப்பிடத் தயாராக நடராஜனை எதிர்பார்த்துக் காத்துக்கொண்டிருந்தார். சாப்பிட்டுக் கொண்டிருந்தபோது அய்யா ''படிச்ச மட்டும் படிய்யா.... அதுக்காக போட்டு..........'' என்று பேச்சை ஆரம்பிக்கவும் ஆத்தா சத்தம் போட்டு அவரை மேலே பேசவிடாமல் அடக்கினாள். அன்று இரவு நடராசன் படிக்கவில்லை. பேசாமல் படுத்துவிட்டான். படிப்பு விசயத்தில் அவனுடைய அய்யாவுக்கு பெரிய ஆர்வம் கிடையாது. ஆறாவது வகுப்பு, ஏழாவது வகுப்பு ரெண்டிலும் அவன் பெயிலாகிப் பெயிலாகித்தான் அடுத்த வகுப்புக்குப் போனான். பெயிலானதும் நல்லதாப் போச்சு என்று அய்யா அவனை நாய்க்கர் வீட்டுக்குக் கூட்டிப்போய்விடுவார். ஆடு மேய்க்க அங்கே எப்போதும் ஆள் தட்டுப்பாடு இருந்துகொண்டே இருக்கும். தூக்குச்சட்டி நிறைய கம்மஞ்சோத்தைத் தூக்கிக் கொண்டு ஆடுகளுக்குப் பின்னால் ஓடுவான். அப்படியே ரெண்டு மாசம் ஓடும். பட்டாளத்தில் இருக்கும் அவனுடைய தாய் மாமன் லீவில் வந்து கூப்பாடு போட்டு மறுபடி பள்ளிக்கூடத்தில் கொண்டு சேர்த்து விடுவார். மறுபடி ஏழில் பெயிலானாலும் அதே படிக்கு ஆடு. மாமன் லீவு, சண்டை, மறுபடி ஏழு, அப்புறம் எட்டாம் வகுப்பு. ஆடும் படிப்பும் மாறிமாறி அலையடித்துக் கொண்டிருக்கும்.

தாய்மாமன், நடராசனை மட்டுமல்ல. தெருப்பிள்ளைகளில் யார் பள்ளிக்கூடம் போகாமல் இருந்தாலும் நேரடியாக அந்தந்த வீட்டுக்குப் போய் பெத்தவுகளோடு சண்டை போடுவார். பிள்ளைகளைத் தூக்கிக் கொண்டுபோய் பள்ளிக்கூடத்தில் சேர்த்து விட்டுத்தான் மறுவேலை. அவர் லீவில் வருகிற ரெண்டு மாசமும் தினசரி எல்லாப் பிள்ளைகளும் குளித்து துவைச்ச சட்டைபோட்டு ஒழுங்காகப் பள்ளிக்கூடம் போய் ஆகணும். காலையிலே பள்ளிக்கூடம் போகிற பாதையில் நின்று ரைட்..... வெரிகுட்... போங்க... அவன் எங்கே கிட்ணன் மகனை... சரி வந்துட்டியா.. ஏ... ராசலட்சுமி.... தலைக்கு ஏன் எண்ணெய் தேய்க்கலை.... ம்.... போ... என்று எல்லாப் பிள்ளைகளையும் வழி அனுப்புவார். இந்தக் காரியத்துக்காகவே அவர் எப்போதும் ஜூன், ஜுலை மாதத்தில்

லீவில் வருவது வழக்கம். இம்மானுவேல் சேகரனும் என்னைப்போல ஒரு பட்டாளத்துக்காரர் தாண்டா என்று அவ்வப்போது அவர் சொல்லிக் கொள்ளும்போது அவர் கண்களைப் பார்க்க வேண்டும்.

ஆனால் மச்சினர் செய்வது நடராஜனின் அய்யாவுக்குப் பிடிக்காது. பிள்ளைகளை ஒழுங்காக ஆடுமாடு மேய்க்கவிடாம இந்த அழிம்பு பண்ணுகிறாரே என்ற கோபப்படுவார். மூணு தலைமுறைக்கு மேலாக பெரிய நாய்க்கர் குடும்பத்துக்கும் நம்ம குடும்பத்துக்கும் உள்ள உறவு தன்னோடு முடிஞ்சி போகக்கூடாதே என்பது அவருடைய ஆத்திரமாக இருந்தது.

ஆனால் நடராஜனின் ஆத்தா தன் அண்ணன் கட்சிதான். மகனின் படிப்பை முன்னிட்டு ரெண்டு பேருக்கும் அடிக்கடி சண்டை நடக்கும். அதெல்லாம் நடராஜனை ஒரு போதும் பாதிப்பதில்லை. அவன் பிரச்னை எல்லாம் அதமப் பொது மடங்கு, பின்னபெருக்கல், பிளஸ் மைனஸ்கள், ஸ்டோரிகள், பாரகிராப்புகள், ஆக்டிவ் வாய்ஸ், பேசிவ் வாய்ஸ்கள், கணக்கு வாத்தியார் கந்தசாமி மற்றும் ஆங்கில ஆசிரியர் அழகேசன் சார் இவ்வளவுதான்.

அவன் எட்டாம் வகுப்பில் நுழைந்த போதுதான் கந்தசாமிசார் புதுசாக அவர்களுடைய பள்ளிக்கு மாறி வந்தார். அரசு உயர்நிலைப் பள்ளியாக பத்தாம் வகுப்பு வரை உள்ள அவர்களுடைய ஐஸ்கூல் எனப்படும் ஹை ஸ்கூலுக்கு ஆசிரியர்கள் மாறுவதும் போவதும் 'கம்பைண்டு கிளாஸ் பிரிவு மாணவர்களையும் ஒன்றாக்கி மரத்தடியில் ஒரே வாத்தியார் பாடம் நடத்துவதென்பதும் எல்லாம் சர்வ சாதாரண நிகழ்ச்சிகள். ஆனால் கந்தசாமி சார் வந்தது அப்படி சாதாரண நிகழ்சியல்ல. நடராஜனின் வாழ்க்கையில் கந்தசாமி சார் பெரும் பிரச்சனையாக வந்து சேர்ந்தார்.

நடராசன் எல்லாப் பாடத்திலும் 70-80 மார்க் வாங்கிவிடுவான். ஆனால் கணக்கிலும் ஆங்கிலத்திலும் 20-30க்குக் கீழே விழுந்து கிடப்பான். எல்லாப் பாடத்திலும் பெயிலாகி எல்லாப் பாடத்திலும் 20 மார்க் வாங்குகிற பையன்கள் நிறையப் பேர் இருந்தார்கள். அவர்களை எல்லாம் கந்தசாமி சார் ஒன்றுமே சொல்ல மாட்டார்.

மத்த பாடமெல்லாம் ஒழுங்கா படிச்சு 80 மார்க் வாங்கத் தெரியுதில்லே; என் பாடம்னா ஒனக்கு அவ்வளவு இளக்காரமாப் போச்சா என்று புளியவிளாறை வைத்து நடராஜனை மட்டும் முழங்காலுக்குக் கீழே விளாசித்தள்ளுவார். அடிப்பதிலும் அவர் ஒரு நெறிமுறையைக் கடைப்பிடிப்பவர். சிலர் தலையில் கொட்டுவார்கள்.

சில ஆசிரியர்கள் கைப்பிரயோகமாக கன்னத்திலும் முதுகிலும் அடிப்பார்கள். சிலர் அடி ஸ்கேல். சிலர் தன் கை வலிக்கப்படாது என்பதற்காக அடுத்த பையனை விட்டு அவன் தலையில் பதினாறு கொட்டு கொட்டுடா என்பார்கள். ஆனால் கந்தசாமி சார் எப்போதும் பையனைத் தனியாக முன்னால் வரச்சொல்லி மைதானமாக ஒரு இடத்தில் நிறுத்தி அவன் சுற்றிச் சுற்றி வர முழங்காலுக்குக் கீழேதான் அடிப்பது.

அவருடைய அடிமுறைக்குப் பயந்த மாணவர்கள் அவரைத் தெருப்பக்கம் கண்டாலே ஓடி ஒளிவது வழக்கம். பெரும்பாலான ஆசிரியர்களைப் போலவே அவரும் மேலத்தெருவில்தான் குடியிருந்தார். அதனால் நடராஜன் தெருப்பக்கம் அவர் வர வாய்ப்பில்லை என்றாலும் அவர் அவனுடைய நெஞ்சிலே குடியிருந்தார். எந்நேரமும் 'என் பாடம்னா ஒனக்கு அவ்வளவு இளக்காரமா' என்று கேட்டுக் கொண்டே இருப்பார்.

ஒவ்வொரு பரீட்சை முடிந்து திருத்திய பேப்பர்களை வகுப்பில் கொடுக்கும் நாள்தான் துன்பகரமான நாள். பேப்பர் கட்டு கையில் இருக்க கந்தசாமி சார் ஒவ்வொரு பையனின் பேரை வாசித்து அவனிடம் பேப்பரை கொடுப்பார். நடராஜன் பேப்பர் கைவரும் போது தலையை நிமிர்த்தாமல் அவன் பெயரை வாசித்துவிட்டு பேப்பரைத் பார்த்தே சத்தமாகப் பேசுவார். ''நீ... திருந்தமாட்டே..... நீ... திருந்தமாட்டே....'' என்று ஆவேசம் வந்தவர்போல கத்தியபடி புளிய விளாறை எடுப்பார்.

ஒருமுறை கணக்குப் பேப்பரில் நடராஜன் அவருக்கு மனம்உருக ஒரு கடிதம் எழுதியிருந்தான். 'வேண்டுமென்று நான் கணக்கில் பெயிலாகவில்லை. தன் குற்றம் எதுவுமில்லை. வச்சிக்கிட்டு நான் வஞ்சகம் செய்யவில்லை தெய்வமே!' என்று அக்கடிதத்தை எழுதிக் கொண்டிருந்த போதே வழிந்த கண்ணீர் எழுத்தின் மீது தெறித்து அக்கண்ணீரும் எழுத்தோடு பதிவாகியிருந்தது. ஆனால் அந்த கடிதமும் கந்தசாமி சாரின் மனதைத் தொடவில்லை. மாறாக அவருடைய ஆவேசம் மேலும் கூடி வெறி தலைவிரித்தது. கணக்குப் போடுடான்னு சொன்னா ராஸ்கல் கதையா எழுதிக்கிட்டு இருக்கே..... என்று கூட நாலு இழுப்பு.

ராவும் பகலும் புஸ்தகமும் நோட்டும் கண்ணீருமாகக் கிடக்கும் மகனைக் கண்டு மனம் பொறுக்காத அவனுடைய ஆத்தா எப்படித் தன் செல்ல மகனுக்கு உதவுவது என்று தெரியாமல் மறுகி மறுகி வந்தாள். அந்த மனுசனிடம் சொன்னால் 'பேசாம ஆடு மேய்க்க அனுப்புவியா.... ஒங்கண்ணங்காரன் சொன்னான்னு ஆட்டம் போட்டுக்கிட்டு அலையுறே

கடைசியாய் ரெண்டு வருசமாக குலதெய்வம் சுடலை மாடனுக்குக் கொடை கொடுக்கப் போகாதது தான் ஒரு குத்தமாக இருக்குமோ என்று அஞ்சித் தன் மகன் படிப்புக்காக ஒரு கிடாயை நேர்ந்துவிட்டாள். இந்த வருசம் கட்டாயம் கிடா வெட்டிப் பொங்க வைப்பதாக நேர்த்திக் கடன் போட்டாள். மகன் ராவும் பகலும் படிக்க அவன் ஆட்டுக்குப் புல் கொண்டுவந்து போட - என்று எட்டாம் வகுப்பு இறுதித் தேர்வு வந்து சேர்ந்தது.

பரீட்சை முடிந்த மறுவாரம் வண்டி கட்டிக் கொண்டு எல்லோரும் விளாத்திகுளம் போனார்கள். பலகாட்டுச் சனங்களும் மாடன் கோவிலில் கூடியிருந்தார்கள். ஆட்களின் சத்தத்தைவிட ம்மே... ம்மே... என்கிற ஆடுகளின் சத்தம் தூக்கலாகக் கேட்டது. குல தெய்வம் கோவிலுக்குப் போவது நடராஜனுக்கு ரொம்பப் பிடிக்கும். பொதுவாகவே நடராஜன் ரொம்ப பக்தியான பையன்.

அவனுடைய ஆத்தாளுக்கும் அது ரொம்பப் பிடிக்கும். நல்ல பையன்களைத்தானே ஆத்தாமார்களுக்கு பிடிக்கும்.

ஆகவே நடராஜன் பக்தி மிக்க நல்ல பையனாகவே வளர்ந்தான். அதிலும் குலதெய்வம் கோவிலுக்குப் போவது ரொம்பவும் பிடிக்கும். புளியோதரை கிண்டிக்கொண்டு ஒருநாள் பூராவும் வண்டியில் சாப்பிட்டுக் கொண்டே போவது ரொம்ப ஜாலியாக இருக்கும். அங்கே கோயிலிலும் ஏராளமாகப் புளியமரங்கள் இருக்கும். அவற்றில் அவனுடைய மரம் என்று ஒன்று உண்டு. எப்பவும் அதன் மீது ஏறி அதன் கிளைகளில் உட்காரத் தோதாக இருக்கும் ஒரு கொப்பில் ரெண்டு பக்கமும் காலைத் தொங்கப்போட்டபடி உட்கார்ந்து விடுவான். அங்கிருந்து பார்த்தால் சாமியும் நன்றாகத் தெரியும். ஜனங்கள் வரிசையாக வந்து கிடாய்களை வெட்டுவதும் ‘சாமி வந்து ஆட்கள் சங்குச்சங்குன்னு ஆடுறதும் நல்லாத் தெரியும்.

சுடலைமாடனின் காலடியில் ரெண்டு வேட்டைநாய்கள் நாக்கைத் தொங்கப்போட்டபடி தயாராக நிற்கும். மாடனின் கையில் பெரிய அருவா. அவருடைய நாக்கும் வெளியே நீட்டியபடிதான் இருக்கும். சாமியைப் பார்த்தபடி மேலே உட்கார்ந்திருந்த நடராஜன் மூளையில் ஒரு மின்னல் வெட்டியது. கிடா வெட்டுகளும் வேட்டை நாய்களும், ஆகோ அய்யாகோ என்ற கூப்பாடுகளும் கீழே அண்டாக்களில் கொதித்துக் கொண்டிருக்கும் கறிக்குழம்பு வாசனையும்

புடை சூழ ஆவேசமாக நிற்கும் நம்ம சுடலை மாடசாமிக்கும் கல்விக்கும் என்ன தொடர்பு இருந்துவிட முடியும்! கல்வித்துறையில் அவருக்கு செல்வாக்கு உண்டா? அவரால் நம்மைப் பாஸ் பண்ண வைக்க முடியுமா? என்கிற சந்தேகக் கோடுகள் ஒரு கணம் தோன்றி மறைந்தன.

அவனுடைய ஆத்தாவுக்கு எந்த சந்தேகமும் இல்லை. ‘தொங்கு வெட்டு உடல் வேறாக விழுந்துவிட்டது. மாடன் கிருபை. பொங்கல் பானை கிழக்குத் திசையில் பொங்கிவிட்டது. இந்த வருசம் என் மகன் பாசாகிவிடுவான். சுடலைமாடன் வரம் கொடுத்துவிட்டான்.

கொடை முடிந்து ஊர் வந்து சேர்ந்த ராத்திர வாசலில் மல்லாந்து படுத்தபடி வானத்தைப் பார்த்துக் கொண்டிருந்தான் நடராஜன். புளியமரத்தில் கிடைத்த ஞானம் மேலும் தர்க்கரீதியாக விரிந்து கொண்டு போனது. நம்ம சாமிகள் எல்லாமே கிடாயும், கறியுமாக படிப்பு வாசனை இல்லாமல் இருக்க மேலத்தெருவில் அவுக சாமி யெல்லாம் எப்படி சாந்தமாக சர்க்கரைப் பொங்கல், நாமக்கட்டி என்று இருக்கின்றன! நம்ம ஆளுக ஏன் இப்படி சாமிக கிட்ட மாட்டிக்கிட்டாங்க?

அது போக கல்விக்குச் சாமி சரஸ்வதி என்றுதான் சொல்கிறார்கள். சரஸ்வதிக்கு எந்தக் கிராமத்திலும் கோயில் கிடையாது. கிடாய் வெட்டிப் பொங்கல் வைப்பதும் கிடையாது. அதனால்தான் கிராமத்துப் பையன்களுக்கு சரியாப் படிப்பு வரலையோ என்னமோ. ஆனால் மேலத்தெருவில் பிள்ளையார் கோவில் இருக்கிறது. காலண்டர் படங்களில் பிள்ளையார் நோட்டுக்கில் எழுதிக் கொண்டிருப்பதை நடராஜன் நிறைய பார்த்திருக்கிறான். மீண்டும் பளீரென ஒரு மின்னல் வெட்டியது.

அதற்கு மறுநாள் காலையிலிருந்து அவன் ஆளே மாறிவிட்டான். அதிகாலையில் குளித்து ஆளுக்கு முந்தி மூணு தெரு தாண்டி பிள்ளையார் கோவிலுக்குப் போய் விடுவான். பிள்ளையாருக்குப் பிடித்தமான எண் 108 என்பதால் தினசரி காலையில் 108 தோப்புக்கரணம் போட ஆரம்பித்தான். இரண்டே இரண்டு கோரிக்கைதான் வைத்தான்.

1) கணக்கிலும் ஆங்கிலத்திலும் பாஸ் பண்ண வேண்டும் (ஜஸ்ட் பாஸ் ஆனால் போதும்)

2) கணக்கு வாத்தியார் கந்தசாமியை வேறு ஊருக்கு மாற்றிவிட வேண்டும்.

நடப்பது நடக்கட்டும் என்று அவன் தினசரி 106,107, 108 என்று மூச்சிரைக்க எண்ணிக் கொண்டிருந்தபோது ரிசல்ட் போட்டுவிட்டார்கள். நடராஜன் பாஸ். எட்டிலிருந்து ஒன்பதுக்கு ஒரே ஆண்டில் பாஸ் பண்ணிவிட்டான். ஆத்தா சுடலை மாடனை நினைத்துக் கும்பிட்டு மஞ்சள் துணியில் துட்டை முடிந்து வைத்தாள். நடராஜனுக்கு சந்தோசத்தில் கிறுக்குப்பிடித்துவிட்டது. நேராக பிள்ளையார் காலில் போய் விழுந்தான். ஒரு தேங்காயை வாங்கிக் கொண்டு தெருப்பையன்கள் பத்துப்பேரை அழைத்துக் கொண்டு மறுபடி பிள்ளையார் கோயிலுக்குப் போனான். பள்ளத்தெரு ஆட்கள் தேங்காய் விடலை (சிதறு தேங்காய்) போட்டால் மேலத் தெரு பையன்கள் பொறுக்க வரமாட்டார்கள். எனவே கூடவே படை கொண்டுபோய் தேங்காயை எறிந்து முடித்தான். பிள்ளையார் மீது பாசம் அதிகமானது. பெயிலாவது கூடப் பெரிய துயரமில்லை. திரும்பவும் அதே வகுப்பில் புதுப்பையன்களோடு உட்கார்வதும் அவனுகள் அண்ணே அண்ணே... என்று கூப்பிடுவதும் தான் பெரிய அவமானம்.

உற்சாகமாக ஒன்பதாம் வகுப்பு துவங்கியது. அவனுக்கு எப்பவும் பள்ளிக்கூடம் போவது ரொம்ப பிடிக்கும். காலையில் முதல் ஆளாகப் போய்விடுவான். ஊரைவிட்டு நாலு கிலோமீட்டர் தொலைவில் இருந்தது ஐஸ்கூல். ஆகவே மதியச்சாப்பாடும் எடுத்துக் கொண்டு போக வேண்டும். பள்ளிக்கூடத்தில் சாப்பிடுவதற்கு தனி இடம் எதுவும் கிடையாது. ஆனால் பள்ளியைச் சுற்றிலும் வேலிக்கருவை புதராக மண்டிக்கிடக்கும். பல ஊர்ப் பையன்களும் படிக்க வருவதால் ஒவ்வொரு ஊர்ப்பையன்களும் செட்டு செட்டான ஒரு குழுவாகி குழுவுக்கு ஒரு வேலிப்புதரை பிடித்துக் கொள்வார்கள். முள்ளை வெட்டி, குகை மாதிரி பாதை செய்து உள்ளே செதுக்கி வட்டமாக சமதளம் செய்து கொள்வார்கள். இந்த வேலையெல்லாம் ஞாயிற்றுக்கிழமைகளில் நடக்கும். மண்வெட்டி, அருவா சகிதம் போய் சுத்தம் செய்து வருவார்கள். சில குரூப்புகள் சாணியெல்லாம் கரைத்து தரையை மெழுகி பூஞ்சோலை மாதிரி ஆக்கி வைத்திருப்பார்கள். பையன்களுக்கிடையே சண்டை வரும்போது அடுத்த ஊர்க்காரர்கள் சாப்பிடும் இடத்தில் யாருக்கும் தெரியாமல் மலம் கழித்து நாசம் செய்வார்கள். பொதுவாக மதிய உணவு நேரம் எல்லாப் பயகளுக்கும் பிரியமான நேரம். புதருக்குள் சாப்பிட்டு பக்கத்து வயக்காட்டில் கிணற்றில் இறங்கி தூக்குசட்டிகளைக் கழுவி ஐஸ்காரனிடம் ஐஸ் வாங்கிச் சாப்பிட்டு... என்று மதிய இடைவேளை வசீகரங்களுடன் கழியும்.

நடராஜன் ஒவ்வொரு ஞாயிறும் தங்கள் குழுவின் டைனிங் புதரைச் சுத்தம் செய்துவிட்டு வருவதோடு நிற்பதில்லை. தன்னுடைய நைன்த் சி சாணி தெளித்து ஊமத்தைப்பூவும், அடுப்புக்கரியும் தண்ணீர் விட்டு அரைத்து கரும்பலகையில் பூசிக் காய வைத்து விட்டுப் போவான். அவனுடைய சேவையை ஆசிரியர்கள் பாராட்டுவார்கள்.

ஆனால் கந்தசாமி சார் இதற்கெல்லாம் மசியமாட்டார். ஒன்பதாவது வகுப்புக்கும் அவரே கணக்கு எடுக்க வந்து கண்களில் ஜென்மப் பகையுடன் நடராசனைப் பார்த்துக் கொண்டிருந்தார். அடிக்கடி அவனிடமே கேள்வி கேட்டு அடிகளைக் கொடுப்பார். இந்த ஆண்டு அடியோடு நிறுத்தாமல் புதிய வசனம் ஒன்றும் சேர்த்துக் கொண்டார். ''வகுப்பிலேயே உசரமான ஆளு யாரு....'' என்று மாணவர்களிடம் கேட்பார். ''நடராஜன்'' என்று பதில் வரும். ''அந்த உயர்ந்த மனிதர் கொஞ்சம் இப்படி வந்து நில்லுங்க'' என்று அழைப்பார். கையில் பிரம்பை ஆட்டியபடி ''ஆளு மட்டும் கொக்காங் கொக்கான்னு வளர்ந்தா போதாது. எது வளரணும் சொல்லுங்க நடராஜன் சார். எது வளரணும் எது வளரணும்.....''? என்னான்னு தெரியாம ஒம்பதாப்புக்கு வந்துட்டான் ராஸ்கல்.''

ஆனால் பிள்ளையார் லேசாக கடைக்கண் திறந்தார். கணக்கு வாத்தியாரிடம் 'டிவிசன் பெயிலாக மாட்டார்கள் என்று ஒரு துப்பு நடராஜனுக்கு கிடைத்துவிட்டது. அன்று மாலையே அவர் வீட்டு வாசலில் போய் நின்றான். வாயெல்லாம் சிரிப்பாக சார் வரவேற்றார். ''மாதம் நாப்பது ரூவா குடுத்திருவியாலே'' என்று கேட்டார். அன்று முதல் கணக்கு டிவிசன் துவங்கியது. பாடம் புரிந்ததோ புரியவில்லையோ கந்தசாமி சார் ஒரே வாரத்தில் ரொம்ப திருந்தி வந்துவிட்டார். அதற்குக் காரணம் அவருடைய மனைவி. அந்தம்மாவுக்கு நடராஜனை ரொம்பப் பிடித்துவிட்டது. அவர்கள் வீட்டு ஆட்டுக்கும் அதன் குட்டிக்கும் அதை விட ரொம்பப் பிடித்துவிட்டது நடராஜனை. தினசரி டிவிசன் வரும்போது நோட்டுப்புத்தகத்தை எடுத்துக்கொள்ள மறந்துவிட்டாலும் வாத்தியார்வீட்டு ஆடுகளுக்கு குழை ஒடித்து வரமறக்க மாட்டான்.

ஆடுகளுடைய பாஷை ஏற்கனவே நடராஜனுக்குத் தெரியுமாதலால் ரெண்டே நாளில் நடராஜனைக் கண்டதும் குட்டி துள்ளிக் குதித்துக் கொண்டு ஓடி வந்து அவன் காலடியில் உரசிக் கொண்டு நிற்கும்படி செய்துவிட்டான். அவன் ஆடுகளுக்குப் புல் நறுக்கிப்போடும் லாவகத்தைக் கண்டு வியந்த போன கந்தசாமி சார் ''ஏ...எனக்கும் சொல்லி கொடப்பா...'' என்று வேண்டிக் கொண்டார். அவனும் தினசரி அரை மணி நேரம் அரிவாளை எப்படிப் பிடிப்பது, கட்டையை எப்படி வைப்பது, இடது கையில் புல் எப்படி இருக்க வேண்டும்

என்றெல்லாம் விளக்கினான். ஆனாலும் நடராஜனின் தொழில்நுட்ப நேர்த்தி சாருக்கு ஒரு மாதமாகியும் கைவரவில்லை. அவனும் அவரை அன்பாகக் கடிந்து கொள்வான். "ம்... அரிவாளை எப்படி பிடிக்கச் சொன்னா எங்க பிடிக்கிறீங்க சார்... விரல் போயிடும்." ஆனாலும் வாத்தியாரின் மரமண்டைக்கு அது கடைசிவரை ஏறவில்லை.

அடுத்த பரீட்சையில் கணக்கில் 60மார்க் சுளையாக வந்து விழுந்தது. மாணவர்கள் யாருக்கும் நம்பிக்கையே வரவில்லை. ஏதோ பெரிய ஊழல் நடந்திருப்பதாக தங்களுக்குள் பேசிக்கொண்டனர். நடராஜன் இல்லாத போது அவன் பரீட்சைப் பேப்பரை எடுத்துப் பார்த்தார்கள். எல்லாம் சரியாகவே இருந்தது.

108ஐ 216ஆக ஆக்கிவிட்டான். அதனால் காலெல்லாம் உளைச்சல் எடுத்தது. ஒரு தடவை 216 ஆக்கிவிட்டால் மறுபடி குறைக்க முடியாதே. பிள்ளையாருக்கு சடவு வந்துவிட்டால் மார்க் போயிடுமே ஆனாலும் ரெண்டு மாசம் விடாமல் மொத்தம் 13176 தோப்புக்கரணம் போட்டு முடித்தபிறகும் இங்கிலீசில் '9 ஒத்தைப்படையிலேயே நின்றது. கேவலமாக இருந்தது. ஆங்கில ஆசிரியர் வழக்கம் போல ம்.... என்று அவன் பெயரைக்கூட வாசிக்காமல் பேப்பரை அவன் மேல் எறிந்தார். நீயெல்லாம் படிச்சி.....

அந்த ஆத்திரத்துடன்தான் அவன் பேப்பரை பிள்ளையார் மேல் வீசியது. ராத்திரி படுக்கையில் மீண்டும் ஒரு மின்னல் வெட்டியது. பிள்ளையார் என்றாலே கணக்குக்கு மட்டும்தானே? அவர் நம் ஊர்சாமி ஆச்சே? அவருக்கே இங்கிலீஷ் தெரியாதே. நமக்கு எப்படி உதவி செய்ய முடியும்? வெட்டியாக 216 போட்டுக்கிட்டு இருக்கமே என்று நினைத்ததும் கால் வலி அதிகமானது.

அடுத்த ஞாயிற்றுக்கிழமை காலையில் 'டாண் மணியடிக்கிற போது அவன் 'சர்ச் நல்லம்மாள்புரம் போனால்தான் அந்த சர்ச் இருக்கும். முதலில் தயக்கம் இருந்தாலும் நாள் பட பழகிவிட்டது.

ஞாயிறு தவறாமல் வந்து முட்டங்கால் போட்டு, 'பிளீஸ் ஜீசஸ்.... ஹெல்ப் மீ இங்கிலீஷ் ஒன்லி... ஜஸ்ட்பாஸ் ஒன்லி.....'' என்று அவருக்குப் புரிகிற மாதிரி ஆங்கிலத்திலேயே 'பிரே சாமியார் வசனமெல்லாம் வாசிப்பார். ஆனால் அவன் நேரடியாக யேசுவானவரோடு பேசிக்கொண்டிருப்பான்.

வாராவாரம் வரும் அவன் யார் என்று ஒருநாள் ஃபாதர் பிடித்துக் கொண்டார். எல்லாம் கேட்டு மகிழ்ந்தார். நிறைய வேதப்புத்தகங்கள் கொடுத்து வீட்டில் போய் படி மகனே என்று வாழ்த்தி அனுப்பினார்.

ராத்திரி வந்து பொறுப்பான அந்த புத்தகங்களை எல்லாம் படித்தான். எல்லாமே ஆடு மேய்ப்பதைத் பற்றிய கதைகளாகவே இருந்தது. வெறுத்துப்போனது அவனுக்கு. எங்கே போனாலும் இந்த ஆடு நம்மள விடாது போலருக்கே. என்றாலும் பிரேயர்கள் தொடர்ந்தன. ஆனால் கர்த்தர் கண் திறக்க மறுத்தார். இங்கிலீஷ் 8-9 மார்க்கிலேயே நின்று சாதித்தது. SVO, SVOA இவ்வளவுதான் இங்கிலீஷ், 26 எழுத்துதான் என்றெல்லாம் வாத்திமார்கள் சொன்னாலும் ஒரு இழவும் மண்டையில் ஏறவில்லை.

''யேசு நாதருக்கே இங்கிலீஷ் தெரியாதப்பா. அவருடைய தாய் மொழி ஹீப்ரு அல்லவா'' என்று ஒரு நாள் தற்செயலாகப் பேசிக் கொண்டிருந்த போது அவர் தெருவைச் சேர்ந்த குமரன் அண்ணன் சொன்னார். நடராசன் அன்று மனம் உடைந்து போனான். முட்டி தேயக் கும்பிட்டது வலித்தது.

யாரைத்தான் நம்புவது? யார் துணையைத் தேடுவது என்பது புரியாமல் மனம் குழம்பியது. நடைப்பிணமாக சிலநாள் பிள்ளையார் கோயிலுக்கும் சர்ச்சுக்கும் என்று நடந்து கொண்டிருந்தான். பல இரவுகள் கண்ணீரில் கரைந்தன. நாட்கள் நிற்பதில்லையே. முழு ஆண்டுத்தேர்வும் நெருங்கிவிட உயிரை வெறுத்து மனப்பாடம் செய்தான். எழுதிப் பார்த்தான். ஒரு வார்தை மறுத்தாலும் முழு எஸ்ஸேயும் நின்று போனது. சாய்ஸ் கேள்வியை நம்பி படிக்காமல் விடும் பகுதியிலேயே கேள்விகள் வந்து கழுத்தை அறுத்தன. கிராமர் கடைசிவரை புரியவில்லை. கண்ணை மூடிக்கொண்டு A, B,C. என்று வரிசையாக டிக் அடித்து வைத்தான்.

லீவுக்கு மாமா வந்தபோது ரிசல்ட் வந்துவிட்டது. அவன் பாஸ். ஒன்பதாம் வகுப்பு பாஸ். நிச்சயமாக பெயில்தான் - கணக்கும் ஆங்கிலமும் கவுத்தியே தீரும் - என்று இருந்தவனுக்கு பாஸான அதிர்ச்சி தாங்க முடியவில்லை. வெரிகுட் என்று மாமன் தட்டிக் கொடுத்தான்.

ஆனால் அந்த மகிழ்ச்சி ஒரு வாரம் கூட நீடிக்கவில்லை. பள்ளிக்கு புது ஹெட்மாஸ்டர் வந்துவிட்டார். அவர் ரொம்ப ஸ்ட்ரிக்ட்; யாருக்கும் பயப்படமாட்டார் என்று பேசிக்கொண்டார்கள்.

பத்தாம் வகுப்பில் எல்லாப் பையன்களையும் சேர்க்க முடியாது என்று சட்டம் பேசினார். ஒரு பதிமூணு பையன்கள் வெளியே நிறுத்தப்பட்டார்கள் . நடராஜனும் அந்த லிஸ்டில் இருந்தான். அந்த பதிமூணு பேரில் எல்லா சாதிப் பையன்களும் இருந்தார்கள்.

கிரேஸ் மார்க் போட்டு தூக்கிவிட்டதனாலதான் உங்க பையங்க பாஸ் பண்ணியிருக்காங்க. பழைய கதை எப்படியோ. நான் அப்படி இருக்க மாட்டேன் என்று அவர் பேசிய பலதும் வந்திருந்த பையன்களின் பெற்றோர்களுக்குப் புரியவில்லை. எப்படியாச்சம் பிள்ளைகளை சேர்த்துக்கிடணும் என்றனர். எல்லோரையும் சேர் போட்டு உக்காரவைத்து காப்பி கொடுத்து நயமாகப் பேசி இங்கே இடமில்லை என்கையில் ஒண்ணுமில்லைனு சொன்னதில் பலர் பாவம் அவர் என்ன செய்வார் 'வாங்கடா கொண்டு போய்விட்டார்கள்.

நடராசன் வீட்டுக்கு வந்து படுத்துக் கொண்டு அழுதான். அய்யா போய் மாமனைக் கூட்டிட்டு வந்தார். அன்று இரவே மாமனுடன் புது ஹெட்மாஸ்டர் வீட்டுக்கே போனார்கள். மேலத்தெருவில் பெரிய நாய்க்கர் வீட்டை அடுத்து அவர் வாடகைக்கு வீடெடுத்து இருந்தார்.

''எனக்கு ஸ்கூல்தான் முக்கியம். அரசுப்பள்ளிகளுக்கு இன்னைக்கி நாட்டிலே மரியாதை இல்லை. என்ன காரணம்? இறுதி வகுப்பு ரிசல்ட்த்தான். நல்ல மார்க் எடுத்த பையன்களை சேர்த்து தனியார் பள்ளிகள் ரிசல்ட் காமிச்சி நல்ல பேர் வாங்கறாங்க. நான் சமரசமே செய்ய மாட்டேன். உங்க பையனை வேற ஸ்கூல்ல கொண்டு போய் சேருங்க. நீங்க இவ்வளவு தூரம் சொல்றதுனாலே புளியம்பட்டி ஸ்கூல் ஹெட் மாஸ்டருக்கு லெட்டர் தர்ரேன். போய்ப் பாருங்க'' என்று அனுப்பிவிட்டார்.

புளியம்பட்டிக்கு மாமனுடன் போனான். அந்த ஹெட் மாஸ்டர் அன்புடன் வரவேற்றார்.

''ஏற்கனவே பத்தாம் வகுப்பில் 108 பேரை சேத்துட்டேன். இவனையும் சேர்த்தா 109. வாத்தியார்கள் கிடையாது. இங்கிலீஷ் பாடத்துக்கு ஒரே வாத்தியார்தான். மரத்தடியில் 'மைக் பாடம் நடத்துவோம். போர்டிலே எழுதிப்போட்டா பாதிப் பேருக்கு தெரியாது. ஆடு மேய்க்கிற மாதிரி மேய்ச்சுக்கிட்டிருக்கோம்.''

நடராஜனுக்கு அந்த ஸ்கூலை பிடிக்கவில்லை. அது அவனுடைய 'ஸ்கூல் இல்லை என்று முதல்பார்வையிலேயே பட்டுவிட்டது. மாமனுக்கும் பிடிக்கவில்லை. மறுபடியும் உள்ளூர் ஐஸ்கூலுக்கே வந்தார்கள். புது ஹெட்மாஸ்டர் ரிசல்ட்டுக்காக ஆசிரியர்களையும் கசக்கி எடுப்பார். ரொம்பக் கடுசு என்று பேர் வாங்கி ஒரு பிரச்னையாகத்தான் இங்க மாற்றலாகி வருகிறார். என்ற செய்தி முன்கூட்டியே வந்து ஆசிரியர்களின் வயிற்றில் புளியைக் கரைத்தது. புது ஹெட்மாஸ்டரை பார்க்க வராண்டாவில் காத்திருந்தபோது நடராஜனின் மாமனிடம் ஒரு ஆசிரியர் ரகசியமாக வந்து ''பேசாம

இதை சாதிப்பிரச்னையாக மாத்துங்க. அப்பத்தான் இவன் சரிக்கு வருவான். சேர்க்க மாட்டேன்னு சொல்ல எந்த சட்டமும் கிடையாது'' என்று காதில் ஓதிவிட்டு வேகமாக மறைந்துபோனார்.

மாமனுக்குச் சிரிப்பு வந்தது. ஆழமான வருத்தமும் கூடவே வந்தது. நம்மைப்பற்றி என்னதான் புரிந்து வைத்திருக்கிறார்கள் இவர்கள் என்கிற விரக்தியின் சிரிப்பு. சாதி எங்களுக்கு ஒரு மலிவான ஆயுதமல்ல; சுமை. எம்மைக் கீழே கிடத்தி மேலேறி அமுக்கும் சுமை. மாமனின் கண்கள் கசிந்தன.

ஒவ்வொரு ஆண்டும் லீவில் வந்து இருபது பிள்ளைகளை பள்ளியில் சேர்த்துவிட்டுப் போவார். அடுத்த ஆண்டு வரும்போது அதில் ஆறேழு பிள்ளைகள் ஆடு மேய்க்கப்போயிருக்கும். தெருவில் உள்ள இளைஞர்களை அழைத்து சத்தம் போடுவார். 'போர்ப்படை பாசறை பெயிலாகுது? என்ன உதவி தேவைன்னு கூட நீங்க பாக்க மாட்டிங்களா? கம்பு தூக்கறதிலே மட்டுமில்லை. அறிவிலேயும் நம்ம பிள்ளைக யாருக்கும் குறைஞ்சவங்க இல்லை. அதை இந்த உலகத்துக்கு காட்ட வேண்டாமா?

முகம் தொங்கிப்போன நடராஜனைப் பார்க்க மாமனுக்கு வேதனையாக இருந்தது. நேற்று வந்த 13 பேரில் 12 பேரை இன்று காணோம். நடராஜனும் அவரும் வராண்டாவில் ஒரு மணி நேரமாக காத்து நின்றார்கள். தன் பள்ளிக்கூடமே இப்போது நடராஜனுக்கு வேறு மாதிரித் தெரிந்தது.

மாமனை நிமிர்ந்து பார்க்க மனமின்றி தலைகுனிந்து நின்று கொண்டிருந்தான். சீட் கிடைக்குமா? கிடைக்காதா? ஏதாச்சும் ஒரு சாமியை வேண்டிக்கொள்ளத் தோன்றியது. எந்த சாமியை வேண்டுவது. பெருமூச்சுடன் மாமனை நிமிர்ந்து பார்த்தான். அவன் கண்களில் கண்ணீர் வழிந்தது. மாமன் அவனைச் சேர்த்துக் கட்டிக் கொண்டார். அவருக்கும் வார்த்தைகளில்லை. ஹெட்மாஸ்டர் உள்ளே வரச்சொல்வதாக ப்யூன் வந்து அழைத்தார்.

வெயிலோடு போய்...

மாரியம்மாளின் ஆத்தாளுக்கு முதலில் திகைப்பாயிருந்தது. இந்த வேகாத வெயில்ல இந்தக் கழுத ஏன் இப்படி தவிச்சுப்போயி ஓடியாந்திருக்கு என்று புரியவில்லை. ''ஓம் மாப்பிள்ளை வல்லியாடி'' என்று கேட்டதுக்கு 'பொறு பொறு'ங்கிற மாதிரி கையை காமிச்சிட்டு விறுவிறுன்னு உள்ள போயி ரெண்டு செம்பு தண்ணியை கடக்குக் கடக்குன்னு குடிச்சிட்டு 'ஸ்...... ஆத்தாடி

''ஓம் மாப்பிள்ளை வல்லியாடி?''

''அவரு... ராத்திரி பொங்க வைக்கிற நேரத்துக்கு வருவாராம். இந்நியேரமே வந்தா அவுக யேவாரம் கெட்டுப்போயிருமாம்.''

''சரி ..... அப்பன்னா நீ சித்த வெயில் தாழக் கிளம்பி வாறது....... தீயாப் பொசுக்குற இந்த வெயில்ல ஓடியாராட்டா என்ன...........''

''ஆம. அது சரி........... பொங்கலுக்கு மச்சான் அவுக வந்திருக்காகளாமில்ல.....''

ஆத்தாளுக்கு இப்ப விளங்கியது. அவளுடைய மச்சான் - ஆத்தாளின் ஒரே தம்பியின் மகன் - தங்கராசு இன்னிக்கி நடக்கிற காளியம்மங் கோயில் பொங்கலுக்காக டவுனிலிருந்து வந்திருக்கான். அது தெரிஞ்சுதான் கழுத இப்படி ஓடியாந்திருக்கு.

''மதியம் கஞ்சி குடிச்சிட்டு கிளம்பினியாட்டி'' என்று கேட்டதுக்கு கழுத 'இல்லை'யென்கவும் வைதுகொண்டே ஆத்தா கஞ்சி ஊத்தி முன்னால் வைத்து குடிக்கச் சொன்னாள். உடம்பெல்லாம் காய்ஞ்சு போயி காதுல கழுத்தில ஒண்ணுமேயில்லாம கருத்துப்போன அவளைப் பார்க்கப் பார்க்க ஆத்தாளுக்கு கண்ணீர்தான் மாலை மாலையாக வந்தது. தங்கராசு மச்சானுக்குத்தான் மாரியம்மா என்று சின்னப் பிள்ளையிலேயே எல்லாருக்கும் தெரிஞ்சதுதான். கள்ளன் ...... போலீஸ் விளையாட்டிலிருந்து காட்டிலே கள்ளிப்பழம் பிடுங்கப் போகிற வரைக்கும் ரெண்டு பேரும் எந்நேரமும் ஒண்ணாவேதான் அலைவார்கள். கடைசிக்கி இப்படி ஆகிப்போச்சே என்று ஆத்தாளுக்கு ரொம்ப வருத்தம். எப்படியெல்லாமோ மகளை வச்சிப் பார்க்கணுமின்னு ஆசைப்பட்டிருந்தாள்.

பேச்சை மாற்றுவதற்காக ''அண்ணன் எங்கத்தா'' என்று கேட்டாள்.

''நீங்க ரெண்டு பேரும் வருவீக, அரிச்சிச்சோறு காச்சணும்னிட்டு அரிசி பருப்பு வாங்கியாறம்ணு டவுனுக்கு போனான்.''

கஞ்சியைக் குடித்துவிட்டு சீனியம்மாளைப் பார்க்க விரைந்தாள் மாரி. சீனியம்மாள்தான் மச்சான் வந்திருக்கிற சேதியை டவுனுக்குத் தீப்பெட்டி ஒட்டப்போன பிள்ளைகள் மூலம் மாரியம்மாளுக்கு சொல்லிவிட்டது. சேதி கேள்விப்பட்டதிலிருந்தே அவள் ஒருநிலையில் இல்லை. உடனே ஊருக்குப்போகணுமென்று ஒத்தக்காலில் நின்றாள். ஆனால் அவள் புருஷன் உடனே அனுப்பிவிடவில்லை. நாளைக்கழிச்சுப் பொங்கலுக்கு இன்னைக்கே என்ன ஊரு என்று சொல்லிவிட்டான். அவ அடிக்கடி ஊருக்கு ஊருக்குன்னு கிளம்பறது அவனுக்கு வள்ளுசாப் பிடிக்கவில்லை. அவ ஊரு இந்தா மூணு மைலுக்குள்ளே இருக்குங்கிறதுக்காக ஒன்ரவாட்டம் ஊருக்குப்போனா எப்படி. அவ போறதப் பத்தி கூட ஒண்ணுமில்ல. போறவட்ட மெல்லாம் கடையிலேருந்து பருப்பு, வெல்லம் அது இதுன்னு தூக்கிட்டு வேற போயிர்றா. இந்தச் சின்ன ஊர்லே யேவாரம் ஓடுறதே பெரிய பாடா இருக்கு. இப்ப கோயில் கொடைக்குப் போணுமின்னு நிக்கா என்று வயிறு எரிந்தான். ஆனாலும் ஒரேடியாக அவளிடம் முகத்தை முறிச்சுப் பேச அவனுக்கு முடியாது. அப்பிடி இப்பிடியென்று ரெண்டு புலம்பம் புலம்பி அனுப்பி வைப்பான்.

இதைப் பத்தியெல்லாம் மாரிக்கு கவலை கிடையாது. அவளுக்கு நினைத்தால் ஊருக்கப் போயிறணும். அதுவும் மச்சான் அவுக வந்திருக்கும்போது எப்பிடி இங்க நிற்க முடியும்.

அவ பிறந்து வளர்ந்ததே தங்கராசுக்காகத்தான் என்கிற மாதிரியல்லவா வளர்ந்தாள். அவள் நாலாப்புப் படிக்கிறபோது தங்கராசின் அப்பாவுக்கு புதுக்கோட்டைக்கி மாற்றலாகி குடும்பத்தோடு கிளம்பியபோது அவள் போட்ட கூப்பாட்டை இன்னைக்கும் கூட கிழவிகள் சொல்லிச் சிரிப்பார்கள். நானும் கூட வருவேன் என்று தெருவில் புரண்டு கையைக் காலைஉதறி ஒரே கூப்பாடு. அதைச் சொல்லிச் சொல்லி பொம்பிள்ளைகள் அவளிடம். ''என்னட்டி ஒம் புருசங்காரன் என்னைக்கு வாரானாம்'' என்று கேலி பேசுவார்கள். ஆனால் அவள் அதையெல்லாம் கேலியாக நினைக்கவில்லை. நிசத்துக்குத்தான் கேட்கிறார்கள் என்று நம்புவாள். ஊர்ப்பிள்ளைகளெல்லாம் கம்மாய்த் தண்ணியில் குதியாளம் போடும் போது இவள் மட்டும் கம்மாய் பக்கமே போக மாட்டாள். கம்மாத்தண்ணியிலே குளிச்சா சொறிபிடித்து மேலெல்லாம் வங்கு வத்தும். டவுன்ல படிக்கிற மச்சானுக்குப் பிடிக்காது. அதே போல கஞ்சியக்குடிச்சி வகுறு வச்சிப்போயி மச்சான் ஒன்னைக் கட்ட மாட்டேன்னு சொல்லிட்டா என்னாகுறது?

சும்மா மச்சான் மச்சான் என்று சொல்லிக் கொண்டிருந்தவள் பெரிய மனுஷியானதும் மச்சானைப் பத்தி நினைக்கவே வெட்கமும் கூச்சமுமாயிருந்தது - கொஞ்ச நாளைக்கி வெறும் மச்சானைப் பத்தின நினைப்போடு அப்புறம் கனாக்களும் வந்து மனசைப் படபடக்க வைத்தன. டவுனுக்கு தீப்பெட்டி ஒட்டப் போகையிலும் வரையிலும், ஒட்டும் போதும் மச்சானின் நினைப்பு இருந்துகொண்டே இருக்கும். பஞ்சத்திலே பேதி வந்து அவ அய்யா மட்டும் சாகாம இருந்திருந்தா மச்சானுக்குப் பொருத்தமா அவளும் படிச்சிருப்பா. அது ஒரு குறை மட்டும் அவமனசிலே இருந்து கொண்டிருந்தது. அதுவும் போயிருச்சு மச்சான் ஒரு தடவை அவுக தங்கச்சி கோமதி கலியாணத்துக்கு பத்திரிக்கை வைக்க வந்தபோது, எந்த வித்தியாசமும் பாராம ஆத்தாளோடவும் அண்ணனோடவும் ரொம்பப் பிரியமா பேசிக்கிட்டிருந்த மச்சானை கதவு இடுக்குவழியா பாத்துப் பாத்து பூரிச்சுப் போனா மாரியம்மா.

மச்சானைப் பத்தின ஒவ்வொரு சேதியையும் சேர்த்துச் சேர்த்து மனசுக்குள்ளே பூட்டி வச்சிக்கிட்டா. வருசம் ஓடினாலும் பஞ்சம் வந்தாலும் அய்யா செத்துப்போயி வயித்துப் பாட்டுக்கே கஷ்டம் வந்தாலும் அவனைப் பத்தின நினைப்பு மட்டும் மாறவே இல்லை. அதனாலேதான் தங்கராசு அவளுக்கில்லை என்று ஆன பிறகும்கூட அவளால் அண்ணனையும் ஆத்தாளையும் போலத் துப்புரவாக வெறுத்துவிட முடியவில்லை.

அவளுக்கு நல்லா ஞாபகம் இருக்கு. மாமனும் அத்தையும் வந்து தங்கராசு மச்சான் கலியாணத்துக்கு பத்திரிக்கை வச்சுட்டுப் போன பிறகு அண்ணன் வந்த வரத்து. இவளுக்கு பரிசம் போடத்தான் மாமனும் அத்தையும் வருவாகன்னு இருந்தபோது வேற இடத்திலே பொண்ணையும் பாத்து பத்திரிக்கையும் வச்சிட்டு சும்மாவும் போகாம மாமா அண்ணங்கிட்டே ''கலியாணத்துக்கு ஒரு வாரத்துக்கு முன்னக் கூட்டியே வந்திரணும்பா. கோமதி கலியாணத்தை முடிச்சு வச்ச மாதிரி வேலைகளையும் பொறுப்பா இருந்து நீதான் பாத்துக்கணுமப்பா'' என்று வேறு சொல்லிவிட்டுப் போனார். அவுக அங்கிட்டுப் போகவும் ஆத்தாளிடம் வந்து அண்ணன் 'தங்கு தங் கேணப்பயன்னு நெனச்சுட்டாகளா என்று. கோமதி கலியாணத்துக்கு எல்லா வேலைகளையும் இழுத்துப்போட்டுக் கொண்டு அண்ணன் செய்தான்னு சொன்னா அது நாளக்கி நம்ம தங்கச்சி வந்து வாழப்போற வீடு. நாம வந்து ஒத்தாசை செய்யாட்டா யாரு செய்வா என்று நினைத்து செய்தது. ஆனா இப்படி நகைநட்டுக்கு ஆசைப்பட்டு மாமா அந்நியத்தில போவாகன்னு யாரு கண்டது. என்ன மாமனும் மச்சானும்... மயிராண்டிக... என்று வெறுத்துவிட்டது அவனுக்கு.

ஆனால் அண்ணன் ஏறிக்கொண்டு பேசியபோது ஆத்தா பதிலுக்கு கூப்பாடுதான் போட்டாள். ''என்னடா குதிக்கே. படிச்சு உத்தியோகம் பாக்குற மாப்பிள்ளை தீப்பெட்டியாபீசுக்கு போயிட்டு வந்து வீச்சமெடுத்துப் போயிக்கெடக்குற கழுதயக் கட்டுவான்னு நீ நெனச்சுக்கிட்டா அவுக என்னடா செய்வாக'' என்று ஆத்திரமாகப் பேசினாள். அப்படி அப்போதைக்குப் பேசினாலும் அன்னைக்கு ராத்திரி செத்துப்போன அய்யாவிடம் முறையீடு செய்து சத்தம் போட்டு ஒப்பாரி வைத்தாள். ''ஏ... என் ராசாவே...... என்ன ஆண்டாரே! இப்பிடி விட்டுப்போனீரே... மணவடையிலே வந்து முறைமாப்பிள்ளை நானிருக்க எவன் இவ கழுத்தில தாலி கட்டுவான்னு சொல்லி என்னச் சிறையெடுத்து வந்தீரே......... இப்பிடி நிர்க்கதியா நிக்க விடவா சிறையெடுத்தீர் ஐயாவே....... தம்பீ... தம்பீன்னு பேகொண்டு போயி அலைஞ்சேனே......... அவனைத் தூக்கி வளத்தேனே..... என்ராசாவே........எனக்குப் பூமியிலே ஆருமில்லாமப் போயிட்டாகளே..............''

பக்கத்துப் பொம்பிளைகளெல்லாம் வைதார்கள். ''என்ன இவளும் பொம்பளதான...... அப்பயும் இப்படியா ஒப்பாரி வச்சு அழுவாக'' என்று. பிறகு அண்ணன் வந்து ''இப்பம் நீ சும்மாயிருக்கியா என்ன வேணுங்கு'' என்று அரட்டவும் தான் ஒப்பாரியை நிப்பாட்டினாள்.

மறுநாள் அண்ணன், ''தங்கராசு கலியாணத்துக்கு ஒருத்தரும் போகப்புடாது''ன்னு சொன்னபோது மறுபேச்சுப் பேசாமல் ஆத்தாளும் சரியென்று சொல்லிவிட்டாள். அவனுக்கும் நமக்கும் இனிமே என்ன இருக்கு என்று சொல்லிவிட்டாள்.

ஆனால் மாரியம்மா அப்படியெல்லாம் ஆகவிடவில்லை. பலவாறு அண்ணனிடமும் ஆத்தாளிடமும் சொல்லிப் பார்த்தாள். ஒன்றும் மசியாமல் போக, கடைசியில் ''நீங்க யாரும் மச்சான் கலியாணத்துக்கு போகலைன்னா நான் நாண்டுக்கிட்டு செத்துருவேன் ஒருபோடு போட்டதும் சரியென்று அண்ணன் மட்டும் கலியாணத்துக்குப் போய்வந்தான்.எம்புட்டோ கேட்டுப்பாத்தும் கலியாணச் சேதி எதையும் அவன் மாரியம்மாளுக்கோ ஆத்தாளுக்கோ சொல்லவில்லை. எல்லாம் முடிஞ்சது என்பதோடு நிறுத்திக் கொண்டான். தன்பிரியமான மச்சானின் கல்யாணம் எப்பிடியெல்லாம் நடந்திருக்கும் என்று மாரியம்மாள் தினமும் பலவாறாக தீப்பட்டி ஒட்டியபடிக்கே நினைத்து நினைத்துப் பார்ப்பாள். எங்கிட்டு இருந்தாலும் நல்லாருக்கட்டும் என்று கண்நிறைய மனசு துடிக்க வேண்டிக்கொள்வாள்.

தங்கராசு கலியாணத்துக்கு போய்விட்டு வந்த அண்ணன் சும்மா இருக்கவில்லை. அலைஞ்சு பெறக்கி இவளுக்கு மாவில்பட்டியிலேயே அய்யா வழியில் சொந்தமான பையனை மாப்பிள்ளை பார்த்து விட்டான். சின்ன வயசிலே நாகலாபுரத்து நாடார் ஒருத்தர் கடையில் சம்பளத்துக்கு இருக்க மெட்ராசுக்கு போய்வந்த பையன். மாரியம்மாளோட நாலு பவுன் நகையை வித்து மாவில்பட்டியிலேயே ஒரு கடையையும் வைத்துக் கொடுத்துவிட்டான்.

இத்தனைக்குப் பிறகும், கோவில் கொடைக்கு மச்சான் வந்திருக்காகன்னு தெரிஞ்சதும் உடனே பாக்கணுமின்னு ஓடியாந்துட்டா. அவுக எப்படி இருக்காக; அந்த அக்கா எப்படி இருக்காக; மச்சானும் அந்த அக்காளும் நல்லா பிரியமாக இருக்காகளான்னு பார்க்கணும் அவளுக்கு.

ஆனா வந்த உடனேயே மச்சானையும் அந்த அக்காளையும் பார்க்க கிளம்பிவிடவில்லை. மத்தியான நேரம், சாப்புட்டு சித்த கண்ணசந்திருப்பாக என்று இருந்துவிட்டு சாயந்திரமாகப் போனாள்.

கட்டிலில் படுத்தவாக்கில் பாட்டையாவுடன் பேசிக்கொண்டிருந்தான் மச்சான். ''கும்புடுறேன் மச்சான்'' என்று மனசு படபடக்க சொல்லி விட்டு உள்ளே போனாள். தங்கராசின் அப்பத்தாளும் அந்த அக்காளும்

அடுப்படியில் வேலையாக இருந்தார்கள். பொன்னாத்தா இவளை பிரியத்துடன் வரவேற்றாள். அந்த அக்கா ரொம்ப லட்சணமாக இருந்தார்கள். நகைநட்டு ரொம்ப போட்ருப்பாகனுன்னு பார்த்தா அப்படி ஒண்ணும் காணம். கழட்டி வச்சிருப்பாக என்று நினைத்துக் கொண்டாள். ரொம்ப வீரியம் நிறைந்த பார்வையுடன் அந்த அக்காளுடன் வாஞ்சையோடு பேசினாள் மாரியம்மாள். பேசிக்கிட்டிருங்க, இந்தா வாரேன்னு பொன்னாத்தா கடைக்கு ஏதோ வாங்கப்போகவும் மாரியம்மா அந்த அக்காளிடம் இன்னும் நெருங்கி கிட்ட உட்கார்ந்து கொண்டு கைகளை பாசத்துடன் பற்றிக்கொண்டாள். ரகசியமான, அதே சமயம் ரொம்பப்பிரியம் பொங்கிய குரலில், ''யக்கா.. மாசமாயிருக்கிகளா'' என்று ஆர்வத்துடன் கேட்டாள்.

பட்டென்று அந்த அக்கா ஒரு நொடிப்புடன், ஆம, அது ஒண்ணுக்குத் தான் கேடு இப்பம்'' என்று சொல்லிவிட்டாள். மாரியம்மாளுக்குத் தாங்கமுடியவில்லை. அதைச் சொல்லும்போது லேசான சிரிப்புடன் தான் அந்த அக்கா சொன்னாலும் அந்த வார்த்தைகளில் ஏறியிருந்த வெறுப்பும் சூடும் அவளால் தாங்க முடியாததாக, இதுநாள் வரையிலும் அவள் கண்டிராததாக இருந்தது. ஒரு ஏனத்தைக் கழுவுகிற சாக்கில் வீட்டின் பின்புறம் போய் உடைந்து வருகிற மனசை அடக்கிக்கொண்டாள். உள்ளே மச்சான் அவுக பேச்சுக்குரல் கேட்டது. ''மாரியம்மா போயிட்டாளா'' என்று உள்ளே வந்த மச்சான் அந்த அக்காளிடம் ''காப்பி குடிச்சிட்டியா ஜானு'' என்று பிரியமாகக் கேட்டதும் படக்குனு அந்த அக்கா, ''ஆஹாகாகா... ரொம்பவும் அக்கறைப்பட்டு குப்புற விழுந்துறாதிக............'' என்று சொல்லிவிட்டது. ரொம்ப மெதுவான தொண்டையிலே பேசினாலும் அந்தக் குரல் இறுகிப்போய் வெறுப்பில் வெந்து கொதிக்கிறதாய் இருந்தது.

வெளியே நின்றிருந்த மாரியம்மாளுக்கு தலையை வலிக்கிற மாதிரியும் காய்ச்சல் வர்ற மாதிரியும் படபடன்னு வந்தது. கழுவின ஏனத்தை அப்படியே வைத்துவிட்டு பின்புறமாகவே விறுவிறுவென்று வீட்டுக்கு வந்து படுத்துக்கொண்டாள்.

ஆத்தாளும் அண்ணனும் கேட்டதுக்கு 'மண்டையடிக்கி சொல்லி விட்டாள். சிறு வயசில் கள்ளிப்பழம் பிடுங்கப் போய் நேரங்கழித்து வரும்போது வழியில் தேடி வந்த மாமாவிடம் மாட்டிக்கொண்டு முழித்த தங்கராசின் பாவமான முகம் நினைப்பில் வந்து உறுத்தியது. தண்ணியைத் தண்ணியைக் குடித்தும் அடங்காமல் நெஞ்சு எரிகிற

மாதிரியிருந்தது. அந்த அக்காளின் வீட்டில் நகைநட்டு குறையாகப் போட்டதுக்காக தங்கராசின் அம்மா ரொம்ப கொடுமைப்படுத்து கிறாளாம் என்று சீனியம்மா சொன்னதும் அந்த அக்காள் கொடும் வெறுப்பாகப் பேசினதும் நினைப்பில் வந்து இம்சைப்படுத்தியது.

எல்லாத்துக்கும் மேலே அந்த வார்த்தைகளது வெறுப்பின் ஆழம், தாங்கமுடியாத வேதனையைத் தந்தது. ராத்திரி ஊரோடு கோயில் வாசலில் பொங்கல் வைக்கப்போயிருந்தபோது இவ மட்டும் படுத்தே கிடந்தாள். ஒவ்வொன்றாக சிறுவயதில் அவனோடு பழகினது........ அய்யாவைப்பத்தி .... ஆத்தாளைப்பத்தி.......... அண்ணனைப் பத்தி....... எல்லோரும் படுகிற பாட்டைப்பத்தி....... அந்த அக்காவைப் பத்தி நினைக்கக்கூட பெருந்துன்பமாயிருந்தது. குமுறிக்கொண்டு வந்தது மனசு.

ராத்திரி நேரங்கழித்து அவ புருஷன் வந்தான். ரெண்டு நாளாய் நல்ல யேவாரம் என்றும் தேங்காய் மட்டுமே முப்பத்திரெண்டு காய் வித்திருக்கு என்றும் பொரிகடலைதான் கடைசியில் கேட்டவுகளுக்கு இல்லையென்று சொல்ல வேண்டியதாப் போச்சு என்றும் உற்சாகமாக ரொம்ப நேரம் பேசிக்கொண்டிருந்தான். திடீரென்று இவள் ஏதுமே பேசாமல் ஊமையாக இருப்பதைக் கண்டு எரிச்சலடைந்து, ''ஏ நாயி, நாம் பாட்டுக்கு கத்திக்கிட்டிருக்கேன். நீ என்ன கல்லுக்கணக்கான இருக்கே'' என்று முடியைப்பிடித்து ஒரு உலுக்கு உலுக்கினான்.

உடனே அணை உடைத்துக்கொண்டதுபோல ஏங்கி ஏங்கி அழஆரம்பித்தாள். அவன் பதறிப்போய் தெரியாமல் தலையைப் பிடித்து விட்டேன் என்று சொல்லி, தப்புத்தான் தப்புத்தான் என்று திரும்பத் திரும்பச் சொல்லிப் பார்த்தான். அவள் அழுகை நிற்கவில்லை. மேலும் மேலும் ஏக்கமும் பெருமூச்சும் வெடிப்பும் நடுக்கமுமாய் அழுகை பெருகிக் கொண்டு வந்தது.

ஏதோ தான் பேசிவிட்டதற்காகத்தான் அவள் இப்படி அழுகிறாள் என்று நினைத்துக் கொண்டு ரொம்ப நேரத்துக்கு அவளை வீணே தேற்றிக்கொண்டிருந்தான் அவன்.

54 தேர்ந்தெடுத்த கதைகள்

பொன்ராசின் காதல்

வெளித்திண்ணையில் துப்பட்டியை இழுத்துப் போர்த்திப் படுத்துக் கொண்டு மானசீகமாக சந்திராவுடன் இன்பமாகப் பேசிக் கொண்டிருந்தான் பொன்ராஜ். அது ஒரு கடற்கரை. அவள் மடியில் அவன் தலையை வைத்துக் கொண்டு கிறக்கத்தோடு அவளோடு பேசிக்கொடிருந்தான். வீட்டுக்குள்ளே படுத்திருந்த பொன்ராசின் ஆத்தாள் வேண்டுமென்றே செய்வதுபோல் தொடர்ந்து 'கொல் கொல் என்று கடுமையாக இருமிக் கொண்டிருந்தாள். பொன்ராசுக்கு வந்த ஆத்திரத்தில் 'அந்த மானக்கிப்போயி அவ கொதவளையை நெறிச்சுக் கொன்னுரலாமா

இருமியே சந்திராவை விரட்டிவிட்டாள். திரும்ப அவளை மனசுக்கள் கொண்டுவர முடியவில்லை.

இந்த ஆத்தாள் ஒரு குணங்கெட்டவள். அவ செய்யிற காரியம் எதுவுமே அவனுக்குப் பிடிக்காது. எந்தக் காரியத்தைத்தான் அவள் ஒப்பரவாக விட்டாள்? முதலில் அவன் பெரிய பத்து வரைக்கும் படிச்சதே போதும். மேக்கொண்டு படிக்கப்போக வேண்டாம். அனுப்பமாட்டேன் என்று பிடிசாதனை பண்ணினாள். இவன் பி.ஏ. படிக்கணும் என்று முரண்டு பிடித்துக்கொண்டு சோறு தண்ணி வேண்டாமென்று மூலையில் படுத்துக் கொண்டான். பிறகு 'சரி படிக்கப்போ விருதுநகரில் ஐடிஐயில் சேர்ந்து வயர்மேனுக்குப் படிக்கணும் என்றாள். இவன் பி.ஏ.தான் என்று ஒத்தக்காலில் நின்றான். அவனை இழுத்துக் கொண்டு போய் சுப்பிரமணி

மாமாவின் முன்னால் நிறுத்தினாள் ஆத்தா. மாமா இவனுக்கு நல்ல வார்த்தைகள் சொல்லி தொழிற்கல்வியின் பயன்களையும் சொல்லி ஐடிஐ யில்தான் சேரவேண்டும் என்று சென்னார். இவன் சரி என்று ஒத்துக்கொண்டு வயர்மேன் கோர்ஸில் சேர்ந்தான். அவர் சொன்னதுக்காக மட்டும் அவன் சரியென்று கொல்லவில்லை. மாமா அவனுடன் பேசிக்கொண்டிருந்த போது வீட்டுக்குள்ளேயிருந்து அவருடைய மகள் சந்திரா இவனைப் பார்த்து சிநேகமாய் சிரித்தமாதிரி இருந்தது. அந்தச் சிரிப்பின் மயக்கத்திலேயே ரெண்டு வருஷத்தை ஓட்டிவிட்டான்.

படிப்பு முடித்து வந்ததும் ''சொந்தமான தொழில் பண்ணனும். வயக்காட்டை வித்து துட்டுக் கொடு'' என்று ஆத்தாளிடம் கேட்டான். அவளா கொடுப்பாள்? 'ஆத்தாடி... அது பரம்பரைச் சொத்தல்லோ கிடக்கிற பாம்படத்தையாச்சும் கழட்டிக்கொடு'' என்று கேட்டான். அதுக்கும் முடியாது என்று சொல்லிவிட்டாள்.

அன்றைக்கு அவள் கழட்டிக் கொடுத்திருந்தால் இப்பம் இப்பிடி ராமசாமி மாமாகிட்ட இருநூறு ரூவாச் சம்பளத்துக்கு கரிமூட்டைகளை ஏற்றிக்கொண்டு லாரியில் லோடு அடித்துக் கொண்டு திரிய வேண்டியதில்லை. எது எடுத்தாலும் ஏனைக்குக் கோணையாக செய்து கொண்டு இப்ப தூங்கவும் விடாமல் நாய் மாதிரி 'வள்வள் இன்ன மட்டுதான் என்றில்லாமல் ஆத்திரமாய் வந்தது அவள்மேல். ச்சேய்க் கழுதைய........

ஆத்தா செய்த காரியங்களில் ஒன்றே ஒன்றுதான் அவன் சந்தோஷப் படும்படியாக இருந்தது. அது சந்திரா விஷயம்தான். ஊரில் வீட்டைவிற்றுவிட்டு சுப்பிரமணி மாமா குடும்பத்தோடு டவுனுக்கு குடிபோன பிறகு ரெண்டு மூணு தடவை ஆத்தா அங்கே போய் வந்தாள். போகிற வட்டமெல்லாம் மாமா, அத்தையிடமும் சந்திராவிடமும் பொன்ராசைப்பற்றி ரொம்ப பெருமையாகச் சொல்லி வைத்திருந்தாள். இவன் ஊரில் இப்போது வயரிங் காண்ட்ராக்ட் எடுத்து நல்ல சம்பாத்தியம் பண்ணுவதாகவும் ரொம்பவும் பொறுப்பா இருப்பதாகவும் ராமசாமி மாமாகூடச் சேர்ந்து இப்ப புதுசா லாரி வாங்கி கரிமூட்டை காண்ட்ராட் எடுத்து அதிலயும் நல்ல சம்பாத்தியம் என்றும் பலவிதமாக சொல்லிவிட்டு வந்திருந்தாள்.

அதை கேள்விப்பட்டதிலிருந்து ரொம்ப பெருமையாக இருந்தது அவனுக்கு. தன்னுடைய அந்தஸ்தே மிகவும் உயர்ந்து விட்டாற்போல இருந்தது.

ஆத்தா சொன்னதைக் கேட்டு மாமாவும் அத்தையும் குறிப்பாக சந்திராவும் தன்னைப்பற்றி என்ன நினைத்திருப்பார்கள் என்று பலவாறு கற்பனை செய்து மனக்கிளர்ச்சியடைந்தான். சந்திராவை பின்னால் ஏற்றிக்கொண்டு மோட்டார் பைக்கில் பறந்தான்.

''க. பொன்ராசு, ஐடிஐ. காண்ட்ராக்டர் அன் நிலக்கிழார்'' என்று ஒரு ரப்பர் ஸ்டாம்பு செய்து வைத்துக்கொண்டான். சுப்பிரமணி மாமாவுக்கும் மாமாவின் பையன்களுக்கும் இந்த ஸ்டாம்பை பதித்து பொங்கல் வாழ்த்து அனுப்பினான். எப்படியும் அதை சந்திரா பார்க்காமலா போவாள்!

தன் 'அந்தஸ்து' ஞாபம் வந்துவிட்டால் லாரியில் லோடு ஏற்றுகிற ஆட்களோடு சகஜமாக பேசமாட்டான். ''ம்ம்..... ஆவட்டும்..... சீக்கிரம்'' என்று கறாரான முதலாளி மாதிரி நடந்து கொள்வான். இருபத்திநாலு பேரை வச்சு நான் வேலை வாங்குகிற பெருமையெல்லாம் ஒரு செய்தியாகவாச்சும் சுப்பிரமணி மாமாவுக்கு தெரிந்தால் நலமாயிருக்கும்; டவுனில் ரொம்ப வசதியாக இருக்கும்; அவருக்கு அப்பத்தான் தன்னைப்பற்றி ஒரு நல்ல அபிப்பராயமும், 'சரி இவனுக்கு நம்ம பெண்ணைக் குடுக்கலாம் ஏற்படும் என்று நினைத்தான்.

தானே ஒரு தடவை நேரில் சென்று வந்தால்தான் சரியாக இருக்கும் என்று முடிவு செய்தான். உள்ளே இருமிக்கொண்டிருக்கும் இந்தக் கிழவிதான் மசியமாட்டேங்கிறாள். ஒரு மோதிரமும் கடிகாரமும் கூட இல்லாமல் எப்படிப்போறது. பாம்படத்தை கழட்டிக்குடு என்று நேற்றிலிருந்து மல்லுக்கு நிற்கிறான். அவள் மசிய மாட்டேங்கிறாள்.

'சோறு வேண்டாம் விடிந்ததும் பிரயோகம் செய்தான். காலையிலும் மத்தியானமும் சாப்பிடாமல் படுத்தே கிடந்தான். சாயந்திரம் ஆத்தா பாம்படத்தைக் கழட்டிக் கொடுத்துவிட்டாள். ராத்திரிக் காருக்கே டவுனுக்கு கிளம்பினான். கோல்டு கவரிங் செயின் போட்ட கடிகாரமும் கனமான ஒரு மோதிரமும் வாங்கினான். விலை கூடின துணியில் பேண்ட், ஷர்ட் 'டிஸ்கோ கழித்து பேண்ட், ஷர்ட்டோடு ஸ்டெப் கட்டிங்கும் செய்து கொண்டு கேக், பிஸ்கட், ஆப்பிள் என்று டவுன் பலகாரங்களாக முப்பது நாப்பது ரூபாய்க்கு வாங்கிக் கொண்டு திருப்தியுடன் மாமா ஊருக்கு வண்டி ஏறினான்.

பிஸினஸ் விஷயமாக வந்ததாகவும் அப்படியே பார்த்துவிட்டுப் போகலாமென்று தோன்றியதால் வந்ததாகவும் மாமா அத்தையிடம் சொல்லிக்கொண்டான். தன் வயரிங் காண்டிராக்ட்களைப் பற்றியும்

லாரி பிசினஸ் பற்றியும் அதிலுள்ள சிக்கல்கள் பற்றியும் அதை யெல்லாம் சமாளிக்கும் தன்திறமையைப் பற்றியும் நுணுக்கமாகவும் விளக்கமாகவும் ஆத்தா சொல்லிவிட்டுப் போனதுக்கு மேலே மாமாவிடம் அளந்துவிட்டான். பேச்சின் போக்கில் தன் புதுக் கடிகாரத்தையும் மோதிரத்தையும் பற்றிக் குறிப்பிட மறக்கவில்லை. அவனுடைய பேச்சு அவனுக்கே ரொம்ப திருப்தியாக இருந்தது. மாமாவுக்கு நிச்சயம் தன்னைப் பற்றி ஒரு நல்ல அபிப்ராயம் ஏற்பட்டிருக்கும் என்று நம்பிக்கை வந்தது.

மத்தியானம் சாப்பிட்டதும் ஏதோ அவசர ஜோலி இருக்கிற மாதிரி (பிசினஸ்லே ஆயிரம் ஜோலி இருக்கும்; உக்காந்து விருந்து சாப்பிட்டுக்கிட்டு இருக்க முடியுமா) ''அப்ப நான் வரட்டுமா மாமா'' என்று கிளம்பினான். ''அட ரெண்டு நாளைக்கி இருந்துட்டுப்போங்க மாப்ளே'' என்று மாமாவோ அத்தையோ சொல்லவில்லை. ''புறப்பிட்டியா... சரி போயிட்டு வா'' என்று சொல்லிவிட்டார்கள். அவனுக்கு ரொம்ப வேதனையாக இருந்தது. புறப்பட்டு உடனே ஊருக்கு வராமல் டவுனில் சேர்ந்தமானக்கி ரெண்டு சினிமா பார்த்து...... அப்படியும் மனசு ஆறாமல் ஊர் வந்து சேர்ந்தான்.

டவுனிலிருந்து வந்ததிலிருந்து நிமிசத்துக்கொருதரம் கண்ணாடியைப் பார்க்கவும் பேண்ட்டை மாட்டவும் வீட்டுக்குள்ளேயே நடந்து பார்க்கவுமாக இருந்தான். ''வேலைக்குப் போகலையாய்யா'' என்று ஆத்தா கேட்டபோது 'வள் விழுந்தான். காட்டை வித்துக்குடு, தொழில் ஆரம்பிக்கணும் என்று மறுபடியும் சண்டையை அரம்பித்தான். ஒன்றும் பலிக்கவில்லை. அவன் பாம்படத்தை வித்த கொடுமையைச் சொல்லி அவள் பதில் சண்டை போட ஆரம்பித்தாள். வெறுப்படைந்து ரெண்டு நாள் பேசாமலிருந்தான்.

பிறகு ராமசாமி மாமா வந்து சத்தம் போட்டு வேலைக்கு அழைத்துப் போனார். வேலையில் மனசு ஒட்டவில்லை. மாமா ஊருக்குப் போய் வந்ததிலிருந்து மனசு லேசாய் ஆட்டம் கண்டிருந்தது. ''ஏடி.... இங்கபாரு. ஓம் மச்சான் வந்திருக்காரு'' என்று இவன் கிளம்பியபோது அத்தை கூப்பிடவும் உள் அறையிலிருந்து வந்து சிரித்தபடி ''வாங்க'' என்று கேட்டுவிட்டுப்போன அந்த சந்திராவை அவனால் அடையாளம் கண்டு கொள்ள முடியவில்லை. மஞ்சள் கிழங்காய் பூரித்திருந்த அவள் உடம்பும் உயரமும் பிரகாசமாய் மின்னிய அவள் முகமும் இவன் நெஞ்சை லேசாய் நடுங்கச் செய்தன.

அவன் வருஷக்கணக்காய் கற்பனை பண்ணி வச்சிருந்த மாதிரி பாவாடை தாவணியில் புது நிறமாக மெலிந்த உருவத்தினளாக சந்திரா இல்லை. நல்ல வளத்தியாக விலை உயர்ந்த சேலை துணிமணியில் யாரோ போல இருந்தாள். அவன் உடனடியாக தன் உடம்பை எப்படித் தேற்றுவது என்று கவலையில் மூழ்கியிருந்தபோது திடுக்கிடும்படியாக அடுத்த மாதமே சந்திராவின் கலியாணப் பத்திரிகை வந்துவிட்டது. மாப்பிள்ளை ஒரு இன்சினியர். பத்திரிகையைப் பார்த்ததும் அவன் நெஞ்சுக்கூடெல்லாம் எரிந்து போகிற மாதிரி ஏக்கமும் பெருமூச்சுமாய் வந்தது. காய்ச்சல் வந்த மாதிரி ரெண்டு நாள் படுத்துவிட்டான். சாப்பாடு இறங்கவில்லை.

கலியாணத்துக்கு அவனும் போகவில்லை. ஆத்தாளும் போகவில்லை. கலியாணத்துக்கு முதல் நாளே டவுனுக்குப் போய் விட்டான். காலை, மதியக்காட்சிகள், இரவு முதல் ஆட்டம், ரெண்டாவது ஆட்டம் என்று சோறு தண்ணிகூடக் குடிக்காமல் வெறியோடு சினிமா பார்த்துத் தள்ளினான்.

மூணுநாள் கழித்து சாயந்திர பஸ்ஸில் அவன் ஊர் வந்து இறங்கின போது கண்ணில் கருவளையம் விழுந்து போயிருந்தது. முதுகில் கூன் விழுந்து வயசானவனைப்போல தள்ளாடி நடந்து வந்தான். இவன் வந்த கோலத்தைக் கண்டு ஆத்தா அழுது கூப்பாடு போட்டாள். இவன் ஒன்றும் பேசாமல் திண்ணையிலேயே முடங்கிக் கிடந்தான். காசம் வந்தவன் கணக்கா இருமிக்கொண்டும் காரித் துப்பிக்கொண்டும் பார்க்கப் பரிதாமாக இருந்தான்.

இதுக்குப்போய் இப்படி உருகிச் சாகலாமா என்று இவனைச் சத்தம் போட்டு வெளியே அழைத்துப்போன பால்ய சிநேகிதன் வேல்சாமியோடு தினசரி காளியம்மன் கோவிலுக்குப் பின்னால் வேலிச்செடி மறைவில் கஞ்சா அடிக்க ஆரம்பித்தான். சாப்பிடமட்டும் வீட்டுக்கு வந்தான். மடத்திலேயே படுத்துக் கிடந்தான். வேல்சாமியோடு சுற்றினான். ஆத்தாள் ராவெல்லாம் புலம்பினாள். பகலில் காணும் போதெல்லாம் வைதாள்.

ராமசாமி மாமாவின் கண்ணிலேயே படாமல் திரிந்தான். ஒருநாள் கஞ்சா அடிக்க வேலிச்செடி மறைவில் ஒதுங்கியபோது வகையா ராமசாமி மாமாவிடம் மாட்டிக்கொண்டான். ‘‘நான் ஒன்னப்பத்தி எப்படி யெல்லாம் நினைச்சு வச்சிருக்கேன். நீ இப்படிக் கெட்டுக் குட்டிச்சுவரா ஆயிக்கிட்டிருக்கே’’ என்று பெருங்கூப்பாடாய் போட்டார். ‘தரதர போய்விட்டார்.

பழையபடி லாரியில் ஓடினான். ராமசாமி மாமா சம்பளத்தை முன்னூறாக உயர்த்தினார். நிறைய பொறுப்புகளை இவனிடம் கொடுத்தார். சரியென்று இவனும் செய்தான். தினசரி லாரியில் ஓட கணக்கு வழக்குப் பார்க்க - டவுனில் சினிமா பார்க்க - ஊர்திரும்பி, சாப்பிட்டு விட்டு திண்ணையில் முடங்க என்று இருந்தான். யாரிடமும் ஜாஸ்தி பேச்சுக்கிடையாது. யார்கிட்ட என்ன பேச இருக்கு?

சந்திரா இப்ப மாசமாயிருக்கிறாள் என்று கேள்விப்பட்ட அன்றைக்கு ராத்திரி நிறைய குடித்தான். வேல்சாமிதான் அவனை நடத்தி வீடு கொண்டு சேர்த்தான். வேல்சாமியை ஆத்தா வசவு உரித்து விட்டாள்.

இப்படியே போனால் அவன் ஒண்ணுக்குமத்தவனாப் போயிருவானே என்று ஆத்தா ரொம்ப கவலைப்பட்டாள். ஒருநாள் ராத்திரி ராமசாமி மாமாவிடம் போய் புலம்பினாள். அவர் இதற்குத்தான் காத்திருந்த மாதிரி ஒரு யோசனையை அவளிடம் சொன்னார்.

அந்த யோசனைப்படி அவருடைய மகள் செண்பகவல்லிக்கும் பொன்ராசுக்கும் கலியாணப்பேச்சு நடந்தது. ஆனால் அந்த பேச்சை எடுத்தாலே பொன்ராசு ஆத்தாளைக் கடித்துக் குதறினான். கலியாணம் இல்லன்னு இப்ப யாரு அழுதாக. கலியாணம் பேசறாளாம் கலியாணம். வீட்டுக்கே வராமல் அலைந்தான் மறுபடியும்.

வேலுசாமிதான் அவனை வழிக்குக் கொண்டு வந்தான். சின்னப்புள்ளையிலிருந்தே செண்பகவல்லி அவனையே நினைச்சுக் கிட்டிருப்பதாகவும் 'கட்டினால் பொன்ராசு மச்சானைத்தான் கட்டுவேன்; இல்லாட்டி காலம்பூரா இப்பிடியே இருந்திர்றேன் அவள் சொல்லிவிட்டதையும் இன்னம் பலதையும் சொல்லி வேல்சாமி அவனைக் கரைத்து விட்டான்.

கலியாணம் நடந்தது.

கலியாணம் முடிந்த பிறகுதான் பொன்ராசுக்கு செண்பகவல்லியின் அருமை தெரிந்தது. ராமாசாமி மாமா தனக்கு இதுவரை உறுத்தாக உதவிகள் செய்ததற்கெல்லாம் காரணம் அவள்தான் என்பது தெரிந்தது. ச்சே.... இவளைப்பத்தி இதுநாள் வரைக்கும் நினைக்காமலே இருந்துட்டமே என்று ரொம்ப வருத்தப்பட்டான். செண்பகவல்லியின் மீது புதுசாக பிரியம் சுரந்தது.

இன்னொரு முக்கிய காரணம் இவள் சந்திராவைப்போல அல்லாமல் இவனைவிட கருத்துப்போய் மெலிந்த திரேகத்துடன் இவனுடைய பிடிக்குள் முற்றிலும் அடங்குகிறவளாய் இருந்தாள்.

அதுவே இவனை மேலும் கிளர்ச்சியுறச் செய்து கொண்டிருந்தது. ஒருவித வெறியுடனே அவளை அணுகினான். அவளோ ஒரு குழந்தையைப்போல அவனை ஆதரித்தாள். அது இன்னும் அவனுள் வெறி கிளப்பியது.

பிஸினஸ் முழுக்க இப்போது அவனுடைய கவனிப்பில்தான். அவளை அணுகுவது போலவே வேலைகளிலும் வெறியாகத்தான் இருந்தான். சோறு தண்ணியை நினைக்காமல் லாரியில் ஓடவும் கணக்கு வழக்கு பார்க்கவுமாக இருந்தான். சினிமா பார்ப்பதையே நிறுத்திவிட்டான். அது என்ன தண்டச்செலவு? அந்த ரூவாயிக்கு ஒரு நாள் காய்கறி செலவை சரிக்கட்டலாமே!

அவனுடைய வேகமும் செயல்களிலிருந்த வெறியும் எதனால் என்று மாமாவுக்கோ ஆத்தாவுக்கோ புரியவில்லை. எல்லாம் நல்லதுக்குத்தான் என்று நினைத்துக் கொண்டார்கள். ஆனால்தன் மனசுக்குள் நெருப்பாய் கனன்று கொண்டிருந்த சவாலை அவன் மட்டும் உணராமலில்லை.

'அவன் என்ன பெரிய இன்சினியருன்னா ஆயிரம் ரூவா சம்பாரிப்பானா.... நாம் பாரு எவ்வளவு கொண்டாந்து குமிக்கிறேன்னு........'

குதிரை வண்டியில் வந்தவன்

அம்மா சொல்லச் சொல்ல காது கேளாததுபோல அசையாமல் வெறிச்சுப் பார்த்தபடி நின்றாள் வசந்தா. வசந்தாவின் புருஷன் பாத்ரூமில் குளிக்கப்போயிருந்தான். வெந்நீர், சோப்பு, டவல் எல்லாம் எடுத்து வைத்துவிட்டாள். அதுவும் போதாதென்று கூட நின்று முதுகு தேய்த்துவிடப் போ - என்கிறாள் அம்மா.

அம்மா அப்பாவுக்கு தேய்த்துவிடுவாள். பெரியக்கா பெரிய அத்தானுக்கு தேய்த்து விடுவாள். சின்னக்கா அவள் புருஷனுக்குத் தேய்த்து விடுவாள். இந்த வீட்டில் இது ஒன்றும் புதிதில்லை. வசந்தாவுக்கு போன மாசம் கல்யாணமாகி இப்போது மறுவீடு வந்திருந்தார்கள்.

ஆனால் வசந்தாவுக்கு இதெல்லாம் பிடிக்க வில்லை. இந்தப் பழக்கங்கள் மட்டுமில்லை; அவள் புருஷனின் திருட்டு முழியும் எந்நேரமும் அவளை பாடிக்கொண்டே இருப்பதும் கூடப்பிடிக்க வில்லை. அவன் எந்நேரமும் வசந்தா... வசந்தா என்று மாடி அறைக்குக் கூப்பிடுவதும் அதைக் கண்டு அவளுடைய அம்மையும் ஆச்சியும் 'மாப்பிள்ளை நல்லா பிரியமாய் இருக்கிறார் என்று தங்களுக்குள் பார்வையால் திருப்தியைப் பரிமாறிக்கொள்வதும் வசந்தாவுக்கு குமட்டியது.

போன வாரம் கன்னியாகுமரிக்கு ரெண்டு பேரையும் தனியாக அனுப்பியிருந்தார்கள். தேனிலவு. மாலை கடற்கரையில் அமர்ந்திருந்தார்கள். ஆர்ப்பரித்து வந்து காலடியில் உடைந்து சிதறும் சமுத்திரத்தின் பிரம்மாண்டத்தின் முன் ஒரு துகளாய், தன்னை மறந்து வசந்தா அமர்ந்திருக்க.... அவள் புருஷனோ அவள் மடியில் தலை வைத்துப் படுத்துக்கொண்ட அவளையே - அவள் உடம்பையே - இலக்காக்கி மயங்கிக் கிடந்தான். ச்சீ என்று வெறுத்தது அவளுக்கு.

லாட்ஜ் அறையில் அதிகாலையில் அவளை எழுப்பினான். வசந்தா... வசந்தா... சூரிய உதயம் பார்க்க வேண்டாமா.......... எழுந்திரு.........

சரி, எழுப்புகிறதுதான் எழுப்புகிறான் முதுகைத் தட்டியோ கையைப்பிடித்து உலுக்கியோ எழுப்பலாமே. அவனுடைய விகார எண்ணங்களின் வெளிப்பாடுகளால் அவளுக்குள் வெறுப்பு வளர்ந்து கொண்டிருந்தது.

விளக்கைப் போட்டான். அவள் கண்ணைத் திறந்து கொண்டு தான் படுத்திருந்தாள் என்பதைக் கண்டு துணுக்குற்றான். எழுந்திரு போகலாம் என முனகினான்.

"எனக்குத் தலை வலிக்குது; நான் வரலை" என்று அவள் சொன்னதும் "அச்சச்சோ...." என்று அவன் வாய் சொல்ல - மிகுந்த உற்சாகமடைந்த அவன் சிகிச்சையை துவங்கினான். தீவிரமாக அவள் நெற்றியைத் தடவிக்கொடுக்க ஆரம்பித்தான்.

இடையிடையே அவள் கேசத்தையும் மென்மையாக வருடி விட்டான். காதலாம். நெற்றியில் முத்தமிட்டு தலைவலியை எடுத்தான்.

அவன் பெண் பார்க்க வந்தபோதே வசந்தா அம்மாவிடம் சொல்லத் தான் செய்தாள். எனக்கு இந்த ஆளைப்பிடிக்கவில்லை என்று. ஆச்சி கேட்டாள், ஏண்டா பிடிக்கலேங்கற; கொஞ்சம் நிறம் கம்மலா கருப்பா இருக்குன்னு வேண்டாங்கிறியா?

அவளுக்கு விளக்கமாக பதில் சொல்லத் தெரியவில்லை. மாப்பிள்ளையின் மூக்கும் முழிக்கிற முழியும் சரியாப்படவில்லை அவளுக்கு. அவள் காலேஜுக்குப் போகிற வழியில் பஸ்ஸ்டாப்பில் நின்று பீடி அடித்தபடி இவளையும் இவள் தோழிகளையும் தினசரி முறைப்பானே ஒருத்தன், அவனுடைய முகச்சாடை இவர் முகத்திலும் இருப்பதாக வசந்தா உணர்ந்தாள்.

ச.தமிழ்ச்செல்வன்

அம்மா சண்டைக்கே வந்துவிட்டாள். அப்பாவும் அம்மாவுக்கு ஒத்துப் பாடினார். என்ன குறை கண்டே? நல்ல உத்தியோகம். நல்ல சம்பளம். எந்தக்கெட்ட பழக்கமும் கிடையாது. தன் தங்கச்சி கலியாணம் முடியிற வரைக்கும் தனக்கு கல்யாணமே வேண்டாம் என்று இத்தனை வருஷம் காத்திருந்த குடும்ப பொறுப்பு! இதைவிட பெரிய மன்மதன் எவன் வரப்போறான்னு சொல்.

''எனக்குப் பிடிக்கலைன்னா பிடிக்கலை'' என்பதையே வசந்தாவால் சொல்ல முடிந்தது. ஆனால் அவள் ஒரு பக்கம் சொல்லிக் கொண்டிருக்க வீட்டில் கல்யாண காரியங்கள் அது பாட்டுக்கு ஆரம்பித்து நடந்தது. பெரியக்கா வந்தாள். சின்னக்கா பிள்ளை குட்டிகளோடு வந்து சேர்ந்தாள். வீடு களை கட்டி நின்றது.

சந்தோஷக் கூப்பாடுகளுக்கிடையே மேளதாளக் கொட்டு முழக்கங்களுக்கிடையே அவள் குரல் அமுங்கிப் போனது. தாலி ஏறியது.

அவள் எவ்வளவோ கனவு கண்டாள் - கல்லூரி நாட்களில், படித்த காதல் நவீனங்களில் வந்த கதாபாத்திரங்களைப்போல வாழ வேண்டும். பாஸ்கரைப் போன்ற புனிதமே உருவான ஒரு கணவரின் மடியில் பிரியமான ஒரு நிமிடத்தில் அப்படியே செத்துவிட வேண்டும்.

தவிர, அவள் மேலும் படிக்க வேண்டும் என்று நிறைய ஆசைப் பட்டாள். அதெல்லாம் போதும் என்று அப்பா தீர்ப்புச் சொன்னபோது தகர்ந்து போனாள். ஒரு வாரம் சாப்பிடாமலும் எழுந்திருக்காமலும் கிடந்து அழுதாள். அம்மா கூட ''கழுத படிச்சா படிக்கட்டுமே; ரொம்ப ஆசைப்படுதா'' என்று மனமிரங்கினாள். ஆனால் அப்பா கறாராக இருந்துவிட்டார். அண்ணன் கூடச் சொன்னான். ''நா மட்டும் இப்ப வேலை பாத்துக்கிட்டிருந்தா... வசந்தா உன்னை ஆசைப்படற வரைக்கும் படிக்க வச்சிருவேன். அப்பாவாலே என்னதான் செய்ய முடியும்?'' இதைச் சொன்னபோது அண்ணனுக்கு குரல் குழறி கண்களில் நீர் சுரந்தது. அப்பாவின் இயலாமை மீது இரக்கம் கொண்ட அவள் ப்ச்...சரி...என்று மேலே படிக்கிற ஆசையை அவித்துக் கொண்டாள்.

வீட்டில் சும்மா இருந்தாள். அப்போது அவளுக்கு கனவுகள் விரியும். வடக்கே ரொம்ப தூரத்தில் இருந்து - டில்லி அல்லது கான்பூர் - மாப்பிள்ளை அமையும். வருஷத்தில் ஒருமுறை பெரிய பெரிய சூட்கேஸ்களுடனும் ஹோல்டால்களுடனும் ரயிலில் வந்து இறங்குவார்கள். அவளுடைய பிள்ளைகளின் வடநாட்டுப் பழக்க வழக்கங்களைப் பார்த்து ஆச்சியும் அம்மையும் வியந்து வியந்து மாய்வார்கள்.

அல்லது முதல் இரவில் அவள் கணவர் இப்படிச்சொல்வார், ''வசு என்னைப் பொறுத்தவரைக்கும் உடல் உறவுங்கிறது மன ஒருமித்தலின் அடுத்த மகத்தான கட்டம். நாம இரண்டு பேரும் நம்ம வாழ்க்கையிலேயே இன்னிக்குத்தான் முதன்முதலா சந்திக்கிறோம். முதல் இரவன்றே வெறி அடங்குவது போல - ஏதோ இதற்காகவே ஆணும் பெண்ணும் இத்தன வருஷம் ஏங்கிக் காத்துக்கிடந்தது போல - உடனே சேர்வது என்பதை என்னால் ஒப்புக்கொள்ள முடியாது. நாம் முதல்ல ஒருத்தரை ஒருத்தர் மனசார புரிஞ்சு... நேசிச்சு....'' அப்புறம் இப்படியும் கூட ஒரு காட்சி... அவள் கணவரின் மடியில் அவள் தலை வைத்துப் படுத்திருக்கிறாள். அவள் கண்களில் கண்ணீர். அவரை விட்டு எப்படிப் பிரிவேன் என கனக்கிற நெஞ்சு. ஆனால் அவரோ ஆழ்ந்த நிதானத்துடன் அவளைத் தேற்றுகிறார். ''வசு.... இப்டியெல்லாம் சென்ட்டிமென்ஸ் நம்மைப்போட்டு அமுக்கற மாதிரி பலஹீனமா இருக்கக்கூடாதுடா. ரெண்டு வருஷம்தானே. அதுவும் எங்கேயோ இல்லியே. இதோ இருக்கிற மதுரை. வாரந்தோறும் நாம சந்திக்கலாம். எம்.ஏ., முடிச்சிட்டியானா அப்புறம் எம்.பில்., கூட உன் ஆசைப்படி ஒரு வருஷம் வீட்டில் இருந்துட்டு அப்புறமா பண்ணலாம். எப்படியானாலும் உன்னுடைய அறிவு வெண்டைக்காய், கத்தரிக்காய் வதக்கியே பாழாவதை என்னால் அனுமதிக்க முடியாது....''

எந்தக் கனவும் நடக்கவில்லை. இதே ஊரில் நாலாவது தெருவிலிருந்து குதிரை வண்டியில் வந்து இவளைக் கட்டிக்கொண்டு விட்டான் ஒருவன். தினசரி முழம் முழமாய் மல்லிகைப்பூவை வாங்கி வந்து பல்லைக்காட்டி இளிக்கிற அன்பு அபரிமிதாய் கிடைத்தது. சில சினிமாக்களில் தாசி வீட்டுக்குப் போகும் மைனர்கள் கையில் மல்லிகைப் பூவைச் சுற்றியவாறு தள்ளாடிக்கொண்டு கைப்பூவை முகர்ந்து பார்த்து ஹா... என்றபடி சொல்லும் காட்சி அவள் புருஷனின் இளிப்பில் தெரியும் அவளுக்கு.

அவனுடைய இளிப்புகள் எப்படியிருந்தாலும் மன்னித்து ஏற்றுக் கொள்ள அவள் தயாராயிருந்தாள். வசு... என்று நெருக்கமாய் ஒரு அழைப்புக்காக ஏங்கினாள். அவனோ வசந்தா...என்று முழுசாக அவளை வேண்டினான்.

சரி, ஆரம்பத்தில் இப்படி இருப்பான். பிறகு அவனுடைய பதற்றம் தணியும் என மனக்கதவு திறந்து வைத்துக் காத்திருந்தாள்.

மாதங்கள் கழிந்தன. அவள் புருஷன் முழுத்திருப்தியுடன் வாழ்ந்து கொண்டிருந்தான். லேசாக தொந்தியும் போட்டது. உடம்பில்

மினுமினுப்பு ஏறியது. வீட்டில் சட்டையில்லாமல் இருக்கும்போது ஈஸிசேரில் சாய்ந்து தொந்தியை செல்லமாக தடவிக்கொண்டிருப்பான். மனைவி வசந்தாவின் மீது கொள்ளை ஆசையுடன் இருந்தான். அவளுக்கு தினசரி மல்லிகைப் பூ வாங்கி வந்தான். ரெண்டு மாசத்துக்கு ஒரு சேலை வாங்கித்தந்தான். கூட்டுக்குடும்பத்தில் சின்னஞ்சிறுசுகள் சுதந்திரமாக இருக்க முடியவில்லை என்பதால் அவனுடைய அம்மா அப்பாவிடம் நைச்சியமாகப் பேசி தனிக்குடித்தனம் வந்தான். வாரம் தவறாமல் சினிமாவுக்குக் கூட்டிப்போவான். அவள் வேண்டாம், வேண்டாம் என்று சொன்னாலும் வற்புறுத்திக் கூட்டிப்போவான். நினைச்ச போதெல்லாம் வசந்தாவை அவள் அம்மா வீட்டுக்குப் போக அனுமதித்தான். எல்லாவற்றுக்கும் மேலாக அவளுக்கு முடியாத சமயங்களில் காலையில் அவனே காப்பி போட்டு அவளுடைய நெற்றியில் முத்தமிட்டு எழுப்பினான். ஆனால் அவள் பாராட்டுதலாக ஒரு வார்த்தை சொல்லமாட்டாள். உங்களை அடுப்படியில் விட்டால் நாஸ்தி பண்ணிட மாட்டீங்க என்று மற்ற பெண்கள்போல அவனை செல்லமாகக் கடிந்து கொள்ள மாட்டாள். அதற்காக காபி போட்ட நாட்களில் அவன் ஏங்கி சிணுங்குவான்.

இப்பேர்ப்பட்ட மாப்பிள்ளை கூட இருந்து வாழ உனக்கு கசக்குதாக்கும்; போடி துப்புக்கெட்டவளே என்று அம்மையும் ஆச்சியும் திட்டினார்கள். நாளுக்கு நாள் அவள் கரைந்து கொண்டு போவது அவர்களுக்குப் புரியவுமில்லை. பிடிக்கவுமில்லை. இதுக்காகத்தான் கழுதைகளைப் படிக்கப்போடக் கூடாதுங்கிறது என்றாள் ஆச்சி.

ஒரு ராத்திரியேனும் பிரிந்திருக்க அவள் புருஷன் சம்மதிக்கவில்லை. அதுக்காகவே அன்றைக்கு அம்மா வீட்டுக்கு வந்தவள் வீம்புக்காக ''தலைவலி உடம்பு நோகிறது'' என்று படுத்துக் கொண்டு எழுந்துவர மறுத்தாள். அவனும் சைக்கிளில் வந்து பார்த்துவிட்டுப் போனான். சரியாப்போச்சா நம்ம வீட்டுக்குப் போலாமா என்று.

மறுநாள் ரொம்ப கடிந்து கொண்டாள். அவள் மீது அவன் கொண்டுள்ள ஆசையை அவள் என்றைக்குத்தான் புரிந்து கொள்ளப் போகிறாளோ என்று கண் கலங்கினான். ஆனால் அன்றையிலிருந்து வசந்தா தன்னை முற்றிலுமாக அவனுக்கு மூடிக்கொண்டாள். அதனால் என்ன? அவனுக்கு ஒன்றும் பெரிய நஷ்டமில்லை.

அவன் எப்பவும் போல அவளிடம் கொள்ளைப் பிரியத்துடனே இருந்து வந்தான். அடுத்தடுத்து இரண்டு குழந்தைகள். ஒரு ஆணும் பெண்ணும் பிறந்தார்கள். இரண்டுக்கும் மாற்றி மாற்றி வைத்தியம்

பார்க்கவும் அடிக்கடி தனக்கே முடியாமல் போகவும் அம்மா வந்து உதவி செய்யவும் அன்றாடப் பொழுது கழிந்து அவனையும் கவனித்து எல்லாம் முடிந்து இரவு தன்னை மறந்து தூங்குவதற்கான நேரம் எப்போ வரும் என்று ஏங்குகிறதாய் அவள் வாழ்க்கை மாறிப்போனது.

எங்கே கழுதை எக்குத்தப்பாக எதையாவது செய்துவிட்டு வந்து நிற்குமோ என்று ஆரம்பத்தில் பயந்த அம்மையும் ஆச்சியும் அவள் பிள்ளையும் குட்டியுமாக ஆனதில் பெரும் நிம்மதியடைந்தார்கள்.

மத்தியானம் வேலைகள் ஒழிந்து பத்து நிமிஷம் படுத்திருக்கும்போது வசந்தாவுக்கு அவ்வளவுதானா எல்லாம் என்று உடைந்த மனநிலை கவியும். சிலபோது இன்னும் எதுவுமே ஆரம்பமாகவில்லை. எல்லாமே பாக்கியிருப்பதுபோல தோன்றும். பிள்ளைகளைப் பார்க்கையில் 'அவ்வளவுதான் இன்னும் என்ன? என்று இருக்கும் உடல் அலுப்பும் சில நினைவுகளும் கனவுகளும் மட்டுமே மிஞ்சியது போலிருக்கும். அதற்குள் பால்காரன் வந்துவிடுவான்.

அவள் உடம்பு மட்டும் மீண்டும் தேறிவரவே இல்லை. அவள் புருஷனும் எத்தனையோ டானிக்குகள், முட்டைகள், பழங்கள் என்று வாங்கிக் கொடுத்துப் பார்த்துவிட்டான். அவள் தேறவே இல்லை.

ஆனால் அவனோ நல்ல சதைபோட்டு சட்டைப் பொத்தான்கள் தெறிந்து விழும்படி தொந்தி வைத்து 'தளதள என்றிருந்தான். கண்ணாடியில் பார்க்க அவனுக்கே அசிங்கமாக ஒருநாள் பட்டுவிட்டதால் தினசரி காலையில் உடற்பயிற்சிகளும் சில ஆசனங்களும் போட ஆரம்பித்தான்.

ஆசனங்கள் முடிந்தவுடன் ஒரு பச்சை முட்டை பாலில் அடித்துக் குடிப்பான். அப்பத்தான் உடம்பு இறுகும். அடுப்பில் பாலைக்காய்ச்சிக் கொண்டிருந்தாள் வசந்தா. வராந்தாவில் பேச்சு சத்தம் கேட்டது. எட்டிப்பார்த்தாள். எதிர்வீட்டுக்கு குடிவந்திருக்கும் புதுசாக் கல்யாணம் ஆன மனுஷன். அதற்குள் அவர்களுக்குள் ஏதோ மனஸ்தாபம். வசந்தா புருஷனும் அவரும் ஒரே ஆபீஸ் என்பதால் ரெண்டு பேரும் மனம் விட்டுப் பேசிக் கொள்வார்கள் போல.

அந்த வாலிபனைப் பார்த்தால் அசப்பில் வசந்தா புருஷனை சின்ன வயசில் பார்த்த மாதிரியே இருக்கும். முதல் தடவை அவரைப் பார்த்த போது வசந்தா சற்றுத் திகைத்துப்போனாள்.

வீட்டில் மனஸ்தாபம் வளர வளர அடிக்கடி வசந்தா புருஷனை பார்க்க வந்துவிடுவார். இப்பவும் கூட ஏதோ பிரச்சனை போல. இத்தனைக்கும் அந்தப் பெண்ணும்கூட வேலைக்குப் போகிறவள்தான்.

வசந்தா புருஷன் அவரிடம் பக்குவமாக சொல்லிக் கொண்டிருந்தான். முட்டையை பாலில் உடைத்துவிட்டு கரண்டியால் அடித்துக் கொண்டிருந்த வசந்தாவுக்கும் அது தெளிவாகக் கேட்டது.

''நான் எத்தனை தடவை உனக்குச் சொல்லியிருக்கேன் தம்பி. பெம்பிளைங்க மனசை முதல்ல புரிஞ்சிக்கிடணுமப்பா.

சாயங்காலம் வரும்போது ஒரு மல்லிகைப்பூ- ஒரு அல்வா.... இதெல்லாம் ஏதோ கேக்கிறதுக்கு சுத்த கர்நாடகமா தெரியலாம். ஆனா பொண்ணுங்க மனசு அப்படி. அதை முதல்ல திருப்திப்படுத்தணும். அப்பப்ப சினிமா ஒரு ஹோட்டல்... அப்படியெல்லாம் போகணும் தம்பி. தவிரவும்........

அவர்கள் பேச்சு இடையில் நின்றது 'இதென்னய்யா கூத்து வசந்தா புருஷன் சத்தமாக திகைக்கவும் என்னது என்று வசந்தா வெளியே வந்து எட்டிப்பார்த்தாள்.

அந்த வாலிபனின் மனைவி கையில் சாவியுடன் வந்து கொண்டிருந்தாள். வீட்டைப் பூட்டிய சாவியை அவனிடம் கொடுத்து விட்டு, ''இன்னிக்கு நீங்க சமைக்கிற நாள். வந்து இங்கே உட்காந்திட்டா, எப்படி? போங்க'' என்று அவனை அனுப்பிவிட்டு 'அக்கா இருக்காங்களா என்று உள்ளே படியேறி வந்தாள்.

'வாங்க வாங்க' என்று மனசார சிரித்தாள்.

வெளிறிய முத்தம்

முதல் முத்தம் பற்றி ஆயிரம் கதைகளில் பாஸ்கர் படித்திருக்கிறான். என்றாலும் அவனுடைய அனுபவம் அதில் எது மாதிரியாகவும் இல்லை. ஒரு வேளை கால அவகாசம், வாய்த்த இடம் காரணமாக இருக்கலாம். ஓட்டலில் பேமிலி அறையின் மங்கிய வெளிச்சத்தில். ஆர்டர் செய்த பலகாரம் வருவதற்குள், வேறு எவரும் பேமிலி ரூமில் நுழைவதற்குள் என்று நொடிக்கணக்கில் தான் அவனுக்கு அவகாசம் இருந்தது. அதிலும் அவன் அம்சாவின் பக்கம் திரும்பிய நிமிடம் அவள் கவனித்து அவனுடைய உத்தேசத்தை ஊகித்து அவளும் முகத்தை இவன் பக்கம் திருப்ப அதை இவன் எதிர்பாராததால் குறி தப்பி பாதி காது பாதி கன்னம் நடுவில் அவளுடைய கேசம் என ஆகிவிட்டது. அதற்கே பெரும் மன அவஸ்தையாகிவிட்டது.

"ஒழுங்கா ஒரு முத்தம் கூட கொடுக்க தெரியலே. நீங்கள்ளாம் காதலிச்சு...." என்று அம்சா வெளியே வந்து சீண்டினாள். அவன் ரொம்ப நொந்து போனான். என்றாலும் அதையும் மீறி முதல் முத்தம் ஈரமாய் நினைவில் வருடிக்கொண்டு தான் இருந்தது.

அடிக்கடி அம்சா இதைச் சுட்டி கேலி செய்து கொண்டிருக்கவும் பாஸ்கர் "சரி, நீதான் ஒழுங்கா ஒண்ணு குடுத்துக்காட்டேன்" என்றான். "ஆசை தோசை அதெல்லாம் கலியாணத்துக்குப் பிறகு தான்" என்று புத்திசாலித்தனமாக தப்பித்தாள்.

பாஸ்கரனுக்கு பல் நறநற என்று இருந்தது. பூங்காவின் புல்லைப் பிடுங்கி கடித்து மென்றான்.

கலியாண விஷயத்தை யார் முதலில் அவரவர் வீட்டில் தைரியமாகச் சொல்கிறார்கள் பார்க்கலாமா என்று ஒருநாள் பேச்சு வந்துவிட்டது. அங்கு சுற்றி இங்கு சுற்றி பேச்சு இங்கு வந்து நின்றதும் பாஸ்கர்தான் முதலில் திகைத்தது. அப்பாவை நினைத்தாலே நாக்கு உலர்ந்தது. ரொம்பக் கரெக்டான ஆசாமி அவர். சாதி விட்டு கலியாணம் என்ற பேச்சை எப்படி எடுப்பது? அந்தக் கடுவன் மீசையே மிரட்டுமே.

அம்சா மறுவாரம் தன் அண்ணனோடு பூங்காவுக்கு வந்து இவர்தான் அவர் என்று அண்ணனுக்கு அறிமுகம் செய்து வைத்துவிட்டாள். எப்படி என்று அண்ணன் போனதும் கண்ணைச் சிமிட்டினாள்.

ஏதாவது செய்தாக வேண்டுமென்று பாஸ்கர் சூடாக ''வர்ற புதன் கிழமை நமக்கு கல்யாணம். எல்லா ஏற்பாடும் பண்ணியாச்சு, தயாராக இரு'' என்று ஓங்கி அடித்தான். அவள் எதிர்பார்க்கவே இல்லை. இதை அண்ணனிடம் சொல்லியிருக்கலாமே என்று முனகினாள்.

பாஸ்கர் அன்று இரவே தன் நண்பர்கள் கையைப்பிடித்து காலைப்பிடித்து புதன்கிழமை ரிஜிஸ்தர் ஆபீசில் கல்யாணத்துக்கு ஏற்பாடு செய்துவிட்டான். கை தட்டல்களுடன் தாலி கட்டி மாலை மாற்றப்போகும் நேரம் டாண் என்று அம்சாவின் அண்ணன் ஆட்டோவில் வந்து இறங்கிவிட்டான். அம்சாவின் அப்பா அம்மாவுடன். அம்சாவுக்கு தலைகால் புரியவில்லை. எங்க அண்ணன் ஆகுமா என்று பாஸ்கரின் கையை அழுத்தினாள். பாஸ்கரன் மூக்கு சுறு சுறு என்றது.

ரெண்டாவது நாள் அம்சாவின் அப்பா, உங்க அப்பா அம்மா சரி சொல்றவரைக்கும் நீங்க நம் வீட்டிலேயே இருக்கலாம்: மாடி அறையை ஒழித்துக் கொடுத்துவிடுகிறோம் என்றார். அம்சா பூரிப்பில் சிரித்து நின்றாள். எங்க அப்பான்னா அப்பாதான். பாஸ்கர் ஒரு நிமிடம் கூட யோசிக்காமல், ''நோ நோ. வீடெல்லாம் பாத்தாச்சு. வெள்ளிக்கிழமை பால் காய்ச்சணும்'' என்று ஒரே போடாகப் போட்டான்.

அம்சா ''எங்கிட்ட கூட சொல்லவே இல்லியே'' என்று சிணுங்கியதற்கு ''இதெல்லாம் ஆம்பிளைங்க சமாச்சாரம். சொல்லிட்டா செய்யணும்'' என்று ஜோக் அடித்தான். மறுபடி ராவும் பகலும் அலைந்து ஒரு வீட்டைப்பிடித்து அட்வான்ஸ் கொடுத்துவிட்டு 'அப்பா! உயிர் வந்தது

அம்சாவுக்கு வீடு ரொம்ப பிடித்துவிட்டது. சின்னதாக கச்சிதமாக எல்லா வசதிகளும் உள்ளடக்கிய வீடு. வாடகை ஜாஸ்தி என்ற ஒன்றைத் தவிர வேறு ஒரு குறையும் அவளால் சொல்ல முடியவில்லை.

புது வீட்டில் தனித்து விடப்பட்ட இரவில் இருவரும் ரொம்பப் பிரியமாக இருந்தார்கள். கொஞ்சிக் கொஞ்சிப் பேசினார்கள். வாடா போடா என்று செல்லமாகக் கூப்பிட்டுக் கொண்டார்கள். ஒரே தலையணையில் இருவரும் தலை வைத்துக் கொண்டார்கள். அப்பத்தானே தலையணை மந்திரம் ஓத முடியும் என்று பாஸ்கர் சொன்னான். ஏற்கனவே ததும்பியிருந்ததால் இதைக் கேட்டதும் அம்சா விழுந்து விழுந்து சிரித்தாள். இருவரும் சிரித்தார்கள். அன்று ராத்திரி சின்ன சின்ன விஷயத்துக்கெல்லாம் சிரித்தார்கள்.

ஆனால் ஒவ்வொரு சிரிப்பு முடிந்ததும் அந்த சிரிப்புக்கு அடியில் ஒளிந்திருக்கும் வெற்றிடம் வெளிப்பட்டு இருவரையும் மருட்டும். எதையாவது பேசி அதைக் கலைக்க முற்படுவார்கள். அல்லது பேசாமல் முத்தமிட்டு உடம்பின் உலகத்தில் சென்று மறைந்து கொள்வார்கள்.

அவன் புது வீட்டிலிருந்து ஆபீஸ் போக ஆரம்பித்தான். லீவு முடிந்திருந்தது. காலையில் டிபன் செய்து மதியத்துக்கு சேர்த்து சமைத்து டிபன் கேரியர் தந்து அவனை அனுப்பி என ஆரம்பிக்கும் நாட்கள் காலை இரவு காலை இரவு என கதவைப் பூட்டித்திறந்து பூட்டித் திறப்பதுபோல துரிதமாகக் கடந்து கொண்டிருந்தன.

ஆனால் அலுப்பு மிகுந்த பகல் முடிந்து வருகிற இரவுகள் முழுக்க முழுக்க இருவருக்கும் மட்டுமாக இருந்தன. தூக்கமே வராது இருவருக்கும். தூங்கினால் அவரவர் உலகம் தனித்தனி என்று ஆகிவிடுமே என்று அஞ்சி ஒருவரை ஒருவர் பார்த்தபடி இருவரும் விழித்துக் கிடப்பார்கள். ஆனால் பிறகு எப்படியும் தூக்கம் வந்துதானே தீரும். மறுநாளே நீதான் முதலில் தூங்கிட்டே என்று பரஸ்பரம் குற்றம் சாட்டிக் கொள்வார்கள்.

முதலில் தூங்குகிறவர் பிரியம் குறைந்தவர் என்று எப்படியோ ஒரு விதி உருவாகிவிட்டது. அதிலிருந்து தப்பிக்க பெரும் போட்டி ஆகிவிட்டது. பகலில் தூங்க நேரம் கிடைத்த நாட்களில் அவள் தாக்குப்பிடித்தாள். சில நாள் அவன்.

ஆனால் ஆபீஸில் ஆடிட் இன்ஸ்பெக்ஷன் என்று அந்த சமயம் தொடர்ச்சியாக கனத்த வேலைகள் வந்தபோது அவன்தான்

திணறிப்போனான். லேட்டாக வீடு வந்துசேருவான். செருப்பைக் கழற்றும் போது பிரியம் ஞாபகம் வந்துவிடும். உடனே நேராகச் சென்று அவளை முத்தமிட்டு அவள் போட்டுத்தரும் வெந்நீரில் குளித்து விட்டு சாப்பிடும் போதே - கவனம்! இடையிடையே இரண்டு வாய் அவளுக்கும் ஊட்டி - சாப்பிடும் போதே கொட்டாவி வரும். கொட்டாவி வரவிடாமல் வாயை மென்று சமாளிப்பான். அல்லது முகத்தை அந்தப்பக்கம் திருப்பி அவள் பார்க்காத சமயம் கொட்டாவி விடுவான். தாடையெல்லாம் வலிக்கும்.

அவள் சாயங்காலமே குளித்து உடைமாற்றி பூ வைத்து காத்திருப்பாள். நிறையப் பேச வேண்டியிருக்கிறது போல் நிதானமாக ஆரம்பிப்பாள். அவன் சீக்கிரம் முத்தமிடுவான். அவள் கழுத்தைப் பின்னுக்கிழுத்து என்ன அவசரம் என்பாள். தூக்கம் வராமலிருக்க அவன் காலைக் காலை ஆட்டுவான். தண்ணீரைக் குடிப்பான். சரி.ம்.... சொல்லு என்று எழுந்து உட்காருவான். படுப்பான். அவன் வருகிற வரத்தைப் பார்த்து சலிப்புடன் ம்... என்று பேச்சை நிறுத்துவாள். அவளை முத்தமிட்ட நாலாவது நிமிஷம் அவன் தூங்கியிருப்பான்.

ஒருநாள் இரவில் ''வரவர உங்களுக்கு பிரியமே இல்லாமல் போச்சு'' என்று லேசாய் அழுதாள்.

''ஏ மக்கு... மக்கு எனக்கு உன்னை விட்டா இந்த உலகத்திலே யார் இருக்கா'' என்று அவள் எலும்புகள் நொறுங்கும்படி அணைப்பான். ஒரு நிமிஷம். ரெண்டுநிமிஷம். மூன்று நிமிஷம். எவ்வளவு நேரம் அப்படியே அதே இறுக்கத்துடன் இருக்க முடியும். கை வலிக்கும் அல்லவா. ஆனால் எவ்வளவுக்கு எவ்வளவு இறுக்கமாக அதிக நேரம் அப்படியே இருக்கிறாயோ அந்த அளவு உன் அன்பு நெருக்கமானது. கை வலிக்க ஆரம்பித்ததும் பிடி தளரும். இவ்வளவுதானா நம் பிரியம் என்று அவனுக்கே வருத்தமாயிருக்கும்.

'தினமும் வீட்டு வாசலுக்கு பூக்காரன் வந்தான் என்றாலும் பாஸ்கர் ஏன் சாயந்திரம் வரும்போது பூ வாங்கி வரக்கூடாது?

'வேறு என்ன நான் கேட்கிறேன்? ஒரு முழம் பூ, என் ஞாபகம் இருந்தால்தானே வாங்கி வருவீர்கள்?

ஆபீஸில் வேலை பெண்டு எடுத்தது. ஒருநாள் மதியம் சாப்பாட்டுக்குப் பிறகு ஆபீஸில் உட்கர்ந்து அம்சாவை நினைத்துப் பார்த்தான். பாவம்,. அவள் வேறு என்ன கேட்கிறாள்? என் அன்பைத்தானே கேட்கிறாள். அவள் முகம் மனத்திரையில் விழாமல்

அவள் பேசிய வார்த்தைகள் மட்டும் விழுந்துகொண்டிருந்தன. யோசித்து யோசித்துப் பார்த்தும் அம்சாவின் முகம் ஞாபகமே வரவில்லை. ரொம்ப டென்ஷன் ஆகிவிட்டது. தலையை வறட்டு வறட்டென்று சொரிந்து பார்த்தான். அம்சாவின் புடவை அவள் கழுத்து - ஏன் கன்னக்குழி மட்டும் கூட ஞாபகம் வந்தது. அவள் முகம் மட்டும் ஞாபகம் வரவில்லை.

மறுநாள் காலை ஆபீஸ் கிளம்பும்போது அம்சாவின் புகைப்படம் ஒன்றைக்கேட்டு வாங்கி ம்ணிபர்ஸில் வைத்துக் கொண்டான். அது அவளை உருக்கிவிட்டது. அன்று பூராவும் அந்த மிதப்பிலேயே இருந்தாள். என்ன இருந்தாலும் அவர் என் பாசு இல்லியா.

ஆபீசுக்கு மதியம் போன் வந்தது. உடனே புறப்பட்டு வாங்க. ஆஸ்பத்திரிக்கு ஓடினான். அம்சா அட்மிட் ஆகியிருந்தாள். அவளுடைய அம்மா பக்கத்தில் இருந்தார். ''தற்செயலா நாங்க அம்சாவைப் பார்க்கப் போயிருந்தோம். எல்லாம் ஆண்டவன் செயல்'' என்று மாமியார் மேலே கையைக் காட்டினார்.

நாலாவது மாதத்தில் கருச்சிதைவு. டாக்டரம்மா முந்நூறு ரூபாய்க்கு மாத்திரைகள் எழுதித் தந்தாள். மாமியாரை வீட்டுக்குப் போகச் சொல்லிவிட்டான். ''நீங்க பாவம் ஆஸ்த்துமாவோட இங்க எதுக்கு. நான் பாத்துக்கிடறேன்.''

ஒரு வாரம் லீவுபோட்டு அம்சா பக்கத்திலேயே இருந்தான். ராத்திரி இடையில் மருந்து ஏதும் கொடுக்கணுமா டாக்டர் என்று கேட்டு வந்தான். ரொம்ப பெயின் இருந்தா மட்டும் நாலு மணி நேரத்துக்கு ஒரு தடவை இந்த மாத்திரை தரணும் என்றாள். அம்சாவோ அவ்வளவா பெயின் இல்ல. மருந்து வேண்டாம் என்று சொல்லி விட்டாள். பாஸ்கரனுக்கு ஏமாற்றமாகிவிட்டது. இரவு முழுக்க தூங்காமல் விழித்திருந்து ஒரு மணி நேரத்துக்கு ஒரு முறைமருந்து கொடுத்து - அவளுக்காக உயிரைத் தரவும்....ம், அதெற்கெல்லாம் வாய்ப்பில்லாமல் போய்விட்டது.

வீட்டுக்கு வந்து கண்ணாடி முன் நின்றாள் அம்சா. அவ்வளவுதான், உன் டைம் ஓவர் என்று கண்ணாடி சிரித்தது. அம்சாவா இது? ஒரு பக்கம் பார்க்கிறவர்கள் எல்லோரும் அம்சாவா இது இப்படி இளைச்சுப் போய்ட்டாளே என்று இரக்கப்படுவது இதமாக இருந்தாலும் கன்னம் குழிவிழ சிரித்த சிரிப்பு போச்சு - பாஸ்கர் வியந்து மயங்கிய கன்னக் கதுப்புகள் வற்றிப் போச்சே என்றிருந்தது. பீடி சுத்திப் பிழைக்கிற பொம்பிளைக மாதிரி ஆயிட்டமே என்று பெரும் சோகம் வந்து கவிந்தது.

துருத்திய கன்ன எலும்புகளை மூடியிருக்கும் சதையின் அளவைப் பொறுத்ததுதான் முக லட்சணம். அழகு எல்லாம் ஒரு 200 கிராம் சதைவற்றினால் அவ்வளவுதான் என்று தத்துவம் பேசியது கண்ணாடி. அடுத்த மாதமே மறுபடி உண்டாகிவிட்டாள். வாயில் எச்சில் ஊறிக்கொண்டே இருந்தது. எந்நேரமும் புளிச்புளிச் என்று துப்பிக் கொண்டே இருந்தாள். அவன் முத்தம் இடும் எண்ணத்துக்கே போவதில்லை. எச்சில் வாடை வீடு முழுக்க. ஒரு டப்பா நிறைய மண் அள்ளிக் கொண்டு வந்தான். இதிலே துப்பு எச்சிலை என்று சொன்னான். அவளுக்கு உடனே அழுகை வந்தது. உங்களுக்கு என் மேலே பிரியமே இல்லை என்று விசும்பி விசும்பி சிறுபிள்ளை மாதிரி அழுதாள். அட கடவுளே எது சொன்னாலும் ஏன் இப்படி... சே...உன் இஷ்டப்படி செய் என்று வெளியே போய்விட்டான்.

திரும்பி வரும்போது மனசை நன்றாக தயார் செய்து கொண்டு வந்தான். வந்ததே சரி என்று அடுப்படியில் நின்று கொண்டிருந்த அவளை பின்புறமாக சேர்த்துக் கட்டிக் கொண்டான்.

''போதும் போதும். உங்க நடிப்பெல்லாம் இங்க வேண்டாம்'' என்று அவனைத் தள்ளினாள். அவனுக்கு ரொம்ப ஆச்சர்யமாகிவிட்டது. எப்படி கண்டுபிடித்தாள்? சரியாக நடிக்கத் தெரியாமல் அவசரப்பட்டு விட்டேனோ, அல்லது நடிப்பை பெண்கள் லேசாக கண்டுபிடித்து விடுவார்களோ?

இரவு என்ன செய்வது என்று அவனுக்குக் குழப்பமாகிவிட்டது. அவனுக்கு முதுகு காட்டி அப்புறம் திரும்பி படுத்திருந்தாள். தூங்கி விட்டாளா சும்மா கண்ணை மூடியிருக்கிறாளா? எழுப்பலாமா? எழுப்பட்டும் என்று இருக்கிறாளா? அல்லது உண்மையிலேயே கோபமாய் இருக்கிறாளா?

என்ன ஆனாலும் சரி என்று இடுப்பில் கையை வைத்து வளைத்தான். மிக ஜாக்கிரதையா, மிக அன்பாக. ச்சீ, என்று அவள் கையை எடுத்து எறிந்தாள். அவன் உடைந்து சுக்குநூறாகப் போனான். இப்புறம் இற்று விழுந்தான். வீடெங்கும் எச்சில் துப்பாதே என்று சொன்னது குற்றமா? அதனால் நான் அன்பில்லாதவன் ஆகிவிடுவேனா? அழுகை வந்தது. ஆனால் கண்ணீர் வரவில்லை. கண்ணீர் வந்து அழுதாலாவது அவள் இரக்கப்படலாம். கண்ணீரே வரவில்லை. சும்மா பெருமூச்சுகளாக விட்டுத் தள்ளினான். உண்மையிலேயே எனக்கு அவள் மேல் அன்பே இல்லையா?

மூன்று இரவுகள் இப்படியே கழிய நாலாவது நாள் தனிப்படுக்கை போட்டாள்.

''இனிமே உங்களுக்கும் எனக்கும் என்ன இருக்கு? குளிக்க டிரஸ் மாத்த தூங்க ஒரு வீடு வேணும் உங்களுக்கு. ஒரு லாட்ஜ். அவ்வளவு தானே. உங்களுக்கு பணிவிடை செய்ய நான் ஒரு வேலைக்காரி.''

கூர்மையான தாக்குதல். அவன் ஏதோ சற்று உளறிப் பார்த்தான். ஒன்றும் எடுபடவில்லை. தோற்று கை கால்சோர்ந்து விழுந்தான்.

தூக்கமே வரவில்லை. எவ்வளவோ புத்தகம் படிக்கிறோம். இதற்கு தீர்வு எழுதியவன் எவனும் இல்லையா? இரவு நெடு நேரக் குழப்பத்திற்குப்பிறகு துணிச்சலான ஒரு முடிவு எடுத்து முரட்டுத் தனமாக அவளை ஆக்கிரமித்தான். ''ச்சீ...தொடாதீங்க. சொன்னா கேளுங்க.'' என்று எதிர்ப்பு சொல்லிக் கொண்டே அவள் வரவேற்றாள். இந்த விஷயம் தெரியாமல் இத்தனை நாள் முட்டாளாக இருந்தோமே என்று தலையில் அடித்துக் கொண்டான். அப்படி கொஞ்ச நாள் ஓடியது. ஆனால், நாளுக்கு நாள் இருவருக்கிடையில் வெளிச்சம் மங்கி வருவதை அம்சாதான் உணர்ந்து அவ்வப்போது அழுதுகொண்டாள். மக்கு.

தலைப்பிள்ளை ஆண் பிள்ளை என்பதால் பாஸ்கர் வீட்டிலும் சந்தோஷம். வராத பாஸ்கரின் அப்பாவும் வந்துவிட்டார். ஆனால் வந்த அப்பா ஒரு கேள்விக்குண்டு வைத்துப் போனார். காதல் திருமணம் ஆனால் என்ன? குழந்தைக்கு செய்ய வேண்டியதை அவர்கள் செய்ய வேண்டாமா? அவர் பேசியதை அம்சாவின் அண்ணன் முகத்தில் சலனமின்றிக் கேட்டுக் கொண்டிருந்தான்.

நகை நட்டு எதுவும் இதுவரை கேட்காத பாஸ்கர் பரிதாபமான வனாகவும் உயர்ந்தவனாகவும் தியாகியாகவும் ஒன்றும் செய்யாத அம்சா வீட்டார் குற்றவாளிகளாவும் ஒரே நாளில் ஆகிவிட்டார்கள். அம்சா இன்னும் கொஞ்சம் கோபமானாள். அப்பா பேசியதற்கு நான் என்ன செய்வேன் என்று இவன் புலம்பினான்.

குழந்தைக்கு உடம்பு சரியில்லை என்று வாரத்தில் ரெண்டு நாளாவது போன் வருவது வழக்கமாயிற்று. ஆபீசிலிருந்து பதற்றத்துடன் வீடு போய் ஆஸ்பத்திரிக்கு இட்டுச் செல்வான். அம்சாவுக்கு தைரியமே கிடையாது. சின்ன விஷயத்துக்கெல்லாம் உடனே ஆஸ்பத்திரி என்றால் எப்படி? அல்லது அவளாகப் போகணும். அதுக்கும் தைரியமில்லை. அம்சாவின் அப்பாவிடம் இவன் தற்செயலாக ஒரு நாள் பேசியது அம்சாவின் அம்மா வழியாக அம்சாவிடமே போய்ச் சேர்ந்தது. இது அவனுக்குத் தெரியாது.

‘‘தைரியமானவளா ஒருத்திய பாத்து இழுத்துட்டுப் போயிருக்க வேண்டியதுதானே?’’ ராத்திரி இருட்டில் அம்சாவின் கேள்வி செவிப்பறைகளில் விழுந்து அதிர்ந்து ரீங்கரித்தது.

நாளுக்கு நாள் அவளுடைய வாய் நீண்டது. ‘‘ரொம்ப பேசினே நாக்கை இழுத்து வச்சு அறுத்துடுவேன்’’ என்று ஒருநாள் அதற்கு முற்றுப்புள்ளி வைத்தான்.

இப்போது பேச்சுவார்த்தை கிடையாது. அவள் வேலைகளை அவள் செய்வாள். அவன் வேலைகளை அவன் செய்வான். குழந்தையின் வேலைகளை இருவரும் செய்வார்கள். ஆனால் ஒரு வார்த்தை பேச்சு கிடையாது.

ராத்திரி குழந்தை அழுதால் அவன் எழுந்திருக்கட்டுமே. அவனுக்கும் தானே அது குழந்தை. தினமும் நான்தான் சாகணுமா என்று அவள் அசந்து தூங்குவது போல கிடப்பாள். எப்படியும் அவள் எழுந்துதானே தீரணும் என்று அவனும் கிடப்பான். கடைசியில் அவள்தான் எழுந்து, கடவுளே என்னைக் கொண்டு போகமாட்டியா என்று உரத்த வேண்டு கோளுடன் பால் பாட்டிலை எடுத்து குழந்தையைத் தூங்க வைப்பாள்.

‘‘சும்மா அலட்டாதே. நேத்து நைட் முழுக்க குழந்தையை நான்தான் பாத்துருக்கேன். ஒரு நிமிஷம் தூங்கவிடலை அவன். என்னமோ இவதான் சாகிற மாதிரி புலம்பறா.’’

மறு ஞாயிற்றுக்கிழமை பாஸ்கரின் நண்பர் குடும்பத்துடன் குழந்தையைப் பார்க்க வந்தார். குழந்தைக்கு அழகான ‘ஸ்வெட்டர் ஒன்று வாங்கி வந்திருந்தார்கள். அம்சா பாஸ்கரை ஒரு பார்வை பார்த்தாள். குழந்தைக்கு ஸ்வெட்டர் வேண்டுமென ஒரு மாசமாக அவளும் கேட்டுக் கொண்டுதான் இருந்தாள். கல்யாணத்தின் போது பக்கபலமாக நின்ற நண்பர்கள் ஆனபடியால் இருவரும் விழுந்து விழுந்து உபசரித்தார்கள். பாஸ்கர் - வசந்தா என்றில்லாமல் பாஸ்கர் - நண்பர் - நண்பரின் மனைவி - வசந்தா என்று பேச்சு சுற்றிச் சுற்றி வந்தது.

நண்பர்கள் நாள் முழுக்கச் சிரித்துவிட்டுப் போனதால் சிரிப்புக்கு அடியிலிருந்த வெற்றிடம் ஒட்டு மொத்தமாக வீட்டைச் சூழ்ந்திருந்தது. நடுவில் குழந்தை உறங்க இருவரும் கட்டிலில் படுத்திருந்தார்கள். ஃபேன் வேகமாய் சுற்றியும் காற்று வரவில்லை.

விளக்கு எரிந்துகொண்டே இருந்தது. அவள் எழுந்து எப்படியும் அணைத்துவிடுவாள். அவன் எப்படியும் எழுந்து அணைத்துவிடுவான்.

அப்பாவின் பிள்ளை

அழகை ரசிக்கத் தெரியணும் ரசிக்கிற மனசு வேணும்.

எத்தனைதான் கஷ்டங்களும் பிரச்சனைகளும் மலையாய் வந்து அழுத்தினாலும் - ரசிக்கிற ஒருமனசு இருந்துவிட்டால் எல்லாம் அழகாய்த்தான் படும். என்ன மனிதர்கள் இவர்கள்!

ஒரு நிமிஷம் இந்தக் குலுங்கிச் சிரிக்கும் மலர்களை ரசிக்க முடியாமல், குளுமையான அதிகாலைப் பொழுதில் மெல்ல மெல்லப் பரவும் வெம்மையையும் சற்றேனும் உணர முடியாமல், வண்ண வண்ண மலர்களாய் வீதியெங்கும் சிரிப்பையும் ஒளியையும் சிந்திப்போகும் இந்தப் பெண்களிடம் மனசைப் பறிகொடுக்கத் தெரியாமல் எல்லாமே ஒரு அவசரமாய் எந்திர கதியில் வாழும் இவர்களின் வாழ்வு ஒரு வாழ்வா?

பூகோளப் புஸ்தகத்தில் தான் நேற்று வைத்த மயிலிறகு இன்று போட்ட குட்டியைப் பார்த்துக் குதூகலிக்கிற கடைக்குட்டித் தங்கையோடு சேர்ந்து தானும் சந்தோஷிக்க முடியாத அப்பா என்ன அப்பா! அப்பா அழகின் எதிரி. இதில் அவனுக்குப் பிடித்தது அம்மாதான். அவள் எதைச் செய்தாலும் அதில் ஒரு ஒழுங்கு இருக்கும். எதைச் சொல்வதானாலும் ரொம்ப நிதானித்து சொற்களைச் செதுக்கி அழகாகச் சொல்வாள். அப்பாவுக்கு இதெல்லாம் சுட்டுப்போட்டாலும் வராது. இப்போதுதான்

ச.தமிழ்ச்செல்வன்

பேச்சைக் கண்டுபிடித்த ஆதிவாசி போல வார்த்தைகள் தடித்து கரடுமுரடான ஒரு சந்தக்குவியலாக வரும். நேற்று ராத்திரி அவர் உதிர்த்த சந்தக்கலவை மனசில் ஓடியது. 'சரத் என்று மூக்குச் சிந்தலுக்குப்பின்,

''ஏலே............ நாளக்கிப் போயி ஒழுங்கா அன்ன ரத்னா மேச் பாக்டரியிலே வேலைக்குச் சேரு...... எல்லாம் சொல்லி வச்சிருக்கேன். விடியக் காலமே போயிரு........ உன் கலைக்டர் உத்தியோகத்துக்கு காத்துக் கெடந்தது போதும் - சர்ரத்..''

இவனுக்கொன்றும் வருத்தமில்லை. வாங்கின பட்டம் ட்ரெங்குப் பெட்டிக்குள் தூசியடைந்து கிடக்கிறது. இவ்வளவு கஷ்டப்பட்டுப் படிக்கப் போட்டு கடைசிக்கி ஒரு தீப்பெட்டி ஆபிஸ் வேலைக்குத்தானா அனுப்பணும் என்று அம்மாவுக்குத்தான் ரொம்ப வருத்தம். இவனுக்கு ஒன்றுமில்லை. சொல்லப் போனால் இவனுக்கு ரொம்ப சந்தோஷம்.

முன்பு கல்லூரிக்குப் போகிற காலை வேளைகளில் கையில் தூக்கு வாளியுடனும் முகத்தில் சிரிப்புடனும் எதிரே வரும் - தீப்பெட்டி கம்பெனிகளுக்கு வேலைக்குப்போகிற - சில அழகான முகங்கள் இவன் மனதில் பதிந்திருந்தன. அதில் ஏதேனும் ஒருமுகம் இந்தக் கட்டிடத்துக்குள் வேலைபார்க்கலாம். திடீரென எதிர்பட்டு அதிர்ச்சியூட்டலாம். நினைக்கவே நெஞ்சு அதிர்ந்தது.

''எதுவரைக்கும் படிச்சிருக்கேன்னு சொன்னே........''

''பி.எஸ் ஸிங்க''

''ம்.... டைப்ரைட்டிங் தெரியுமா?''

''ஹையர் பாஸ் பண்ணியிருக்கேன்.''

முதலாளியின் பற்களுக்கிடையில் ஒரே ஒரு தங்கப்பல் மின்னல் வெட்டுப் போல பளீரிட்டது. 'முருகேசா..... அறையிலிருந்தவரை அழைத்து அவரோடு இவனை அனுப்பி வைத்தார்.

''நீ வேலாயுதம் அண்ணாச்சி மகந்தானே........'' என்று ரொம்ப பிரியமாகவும் சினேகமாகவும் பேசியபடி அவனை அழைத்துச் சென்றார் முருகேசன். அந்த நிமிஷமே அவரோடு ஒரு நெருக்கம் ஏற்பட்டுவிட்டதை உணர்ந்தான். பிரியமாய் ரொம்ப நேரம்

அவரோடு பேசிக்கொண்டிருக்கணும் போலத் தோன்றியது.

முருகேசன் டைப் பண்ணிக்கொண்டிருந்தார். டைப்ரைட்டரைச் சுற்றிலும் பேரேடுகள், நோட்டுகள், லெட்ஜர்கள் இறைந்து கிடந்தன. அடுத்த மேஜைகளிலும் அதேபோல, சுவரில் தங்க பிரேம் போட்ட

பெரிய சைஸ் புகைப்படம். சட்டையில்லாத கருத்த பெரியவர். சுவருக்குப் பின்னால் சளசளவென்ற பேச்சுச் சத்தம். ஆம், அவர்கள் தான், பெண்கள்தான். திகுதிகுவென்று நெஞ்சுக்குள்ளும் வயிற்றிலும் ஒரு இளம் தீ தளிர்த்தது. மனசில் பதிந்த ஏதாவது ஒரு முகம் எதிர்ப்பட்டு இன்பமாய் அதிர்ச்சியூட்டலாம். அந்தப்பக்கமாய் ஒரு 'ரவுண்ட்'

முருகேசனே கூட்டிக் கொண்டு போய் சுற்றிக்காட்டலாம்.

''தம்பி... இப்பிடி வா. இந்த பேலன்ஸ் ஷீட்டை அடிச்சுவை. நான் முதலாளி வீட்டு வரைக்கும் போயிட்டு வர்ரேன்......''

''பழைய மிஷின். டைப் பண்ண சுகமாய் இருந்தது. விசை மேடையில் விரல்களின் நர்த்தனம். நிரந்தரமான ஒரு பின்னணி இசைபோல சுவருக்குப் பின்னால் பெண்களின் பேச்சும் சிரிப்பும் ஒரே லயத்துடன். 'முருகேசா....

இவன் எழுந்து போனன். ''இன்னும் வல்லியா அவன் ம்.... சரி.... நீதான் பி.ஏ. படிச்சிருக்கியே, இந்த லெட்டருக்கு ஒரு பதில் டைப் பண்ணிக்கொண்டா பாப்பம்..... முப்பதாம் தேதிக்குள்ள சரக்கை அனுப்பிறலாமுன்னு எழுதணும்.''

''சரிங்க''

ஆங் எழுதணும்.''

நிதானமாக ஒரு தாளில் பதிலை எழுதி திருத்தி எழுதி டைப் பண்ணி முதலாளியிடம் கொடுத்து அவர் படித்து முடிந்து புன்னகைக்கவும் தான் மறுபடி மூச்சு வந்தது. திரும்பி வந்து பேலன்ஸ் ஷீட்டை தொடர்ந்தான். செவியும் மனசும் சுவருக்குப் பின்னால் லயித்திருக்க, கையும் கண்ணும் கருத்தாயிருந்தன. முதலாளிக்கு தன்னுடைய இங்கிலீஷ் ஸ்டாண்டர்டு புரிந்திருக்குமா? அவர் எதுவரைக்கும் படித்திருப்பார்? முகத்தைப் பார்த்தால் அவ்வளவு படித்தவராகத் தெரியவில்லை. ''முருகேஷா..'' என்ற வித்தியாசமான கட்டைக்குரல் இவன் தலையை நிமிர்த்தியது. ஒரு கண்ணாடிக்காரப் பெரியவர்.

''தம்பி நீ தான் புதுசா வந்தவனா?''

''ஆமாங்க.''

''அவன் இன்னும் வல்லியா?''

''இல்லிங்க.''

''சரி அவன் வரட்டும். தம்பி இத பாரு இன்னிக்கு சம்பளம் போடணும். இந்த நோட்டிலே ஒவ்வொரு பிள்ளையும் எத்தனை கட்டு

தீப்பெட்டி ஒட்டியிருக்குதுன்னு நாள் வாரியா எழுதியிருக்கு. ஒவ்வொரு பிள்ளைக்கும் என்ன வருதுன்னு தனித்தனியா டோட்டல் பண்ணி பென்சிலாலே கீழே எழுதணும்.''

மாதிரிக்கு ஒரு பக்கம் செய்து காட்டினார்.

''முருகேசண்ணன் இதை டைப் பண்ணச் சொன்னாரு'' என்று இழுத்தான்.

''அவங் கிடக்கான். வந்து அடிப்பான். நீ இதப் பாரு. இதான் இப்ப அவரசம்.''

முத்துலட்சுமி, ஜெகதா, சுப்பம்மாள் என்று நோட்டின் பக்கத்துக்கு ஒரு பெயராக இருந்தது. கொஞ்சம் நாகரீகமான பெயருக்கு அழகான எடுப்பான முகத்தையும் சுப்பம்மாள் மாதிரி பெயர்களுக்கு சுமாரான முகத்தையுமாக மனசில் கற்பனை பண்ணி ரசித்தபடி கூட்டிக் கொண்டிருந்தான். கூட்டக்கூட்ட வந்துகொண்டேயிருந்தன பக்கங்கள். ஒருவழியாய் கூட்டி முடித்துவிட்டு எழுந்து வேட்டியை உதறிக்கட்டி உடம்பை முறித்துக கொண்டபோது, ''முருகேசா..'' என்று மறுபடி முதலாளி.

''இன்னுமா வல்ல அவன்?'' கையில் சிகரெட் புகைந்து கொண்டிருந்தது.

''சரி தம்பி.... இன்னிக்கு சம்பளம் போடணும். பேங்கில போயி இந்த செக்கை கேஷ் பண்ணிட்டு வரணும்.''

''சரிங்க.''

''வெளியே சைக்கிள் இருக்கும் எடுத்துக்க. வெயில்ல நடந்து போவேணாம்.''

''சரிங்க.''

''அண்டிராயர்ல பை இருக்கா?''

''இல்லிங்க.''

''பிறகு?''

''சட்டையில உள் பை வச்சிருக்கேன்.''

''ம்... சரி. பணம் பத்திரம்.''

க்யூ நீண்டிருந்தது. பளபளக்கும் மொஸைக் தரையும் குளுமையான ஃபேன் காற்றும் கவுண்டரில் இருந்த கவர்ச்சியான முகமும் காத்திருத்தலை சுகமாக்கின. பணத்தோடு சைக்கிளை எடுத்தபோது நெருப்பாய் வயிற்றில் பசி.

திரும்பிய போது மணி மூன்று. பசியின் பிடியில் உடம்பு துவண்டு வந்தது. முதலாளியின் அறை பூட்டியிருந்தது. பணத்தை வாங்கிக் கொண்ட முருகேசன், ''காலையிலே டோட்டல் குடுத்தியாமே, அதே போல இந்த மூணு நோட்டிலேயு....'' சொல்ல ஆரம்பித்தவர் சட்டென நிறுத்தி இவனை நிமிர்ந்து பார்த்து கொஞ்சம் பதறிய குரலில் ''நீ இன்னும் சாப்பிடலியா?''

தலையசைத்தான். ''போ போ....முதல்ல போயி சாப்பிட்டு வா. சைக்கிள் எடுத்துட்டுப்போ'' கொஞ்சம் குற்ற உணர்வும் நிறைய பரிவும் கூடிய குரலில் அவர் சொன்னதும் இவனுக்கு மனம் நெகிழ்ந்து கண்ணீர் துளிர்த்துவிட்டது.

•

சாப்பிட்டு வந்து மறுபடி கூட்டலைத் துவங்கினான். இடையிடையில் சுவருக்குப் பின்னால் மனசு முகங்களைத் தேடும். ஜகதா-சுப்புலஷ்மி எல்லா நோட்டுகளையும் கூட்டி முடித்து உடம்பை நெளிக்கவும் முதலாளி ரூமிலிருந்து சில கவர்களை எடுத்து வந்த முருகேசன் ''தம்பி இதையெல்லாம் கொண்டு ஹெட்போஸ்டாபீஸ் பெட்டியிலே சேக்கணும். ஆறு மணிக்கு எடுத்துருவான். இன்னும் அரை மணிதான் இருக்கு. சைக்கிள்ள போயிட்டு வந்துரு பாப்பம்'' என்று சொல்லி கவர்களைக் கொடுத்தார். இதைப் போட்டுட்டு வந்துட்டா அதோட இன்னைக்கு வேலைமுடிஞ்சது என்கிற தொனி அவருடைய குரலில் இருந்தது.

சைக்கிளில் போய் போஸ்ட் பண்ணிவிட்டுத் திரும்பியபோது குளுமையான காற்று முகத்திலடித்தது. ஆனந்தமாயிருந்தது. இனி தினசரி செய்கிற கடைசி வேலை இது. இந்தப்பாதையின் ஒவ்வொரு இடுக்கும் பரிச்சயமாகிப்போகும். தினமும் சந்திக்கப்போகிற புதுப்புது முகங்கள் மனசில் பதியும். அடையாளம் கண்டு எப்போதாகிலும் புன்னகையைப் பரிமாறிக் கொள்ளவும் செய்யலாம். நினைவுகள் பின்னலிட்டன. இதமாயிருந்தது, நினைக்க.

ஸ்கூட்டரில் போவதான ஒரு கற்பனையில் சர்ரென்று சைக்கிளை ஒடித்து ஒடித்து திருப்பி வேகமாக வந்து இறங்கினான். இவனுக்காகவே காத்திருந்த முருகேசன் கையில் ஒரு டப்பாவைத் தூக்கிக்கொண்டு, ''இந்த நோட்டுகளைத் தூக்கிட்டு எம் பின்னாடி வா, சம்பளம் போட்ருவம்'' என்றபடி நகர்ந்தார்.

நொறுங்கிய மனசுடன் அவர் பின்னால் போனான். இவன் பெயர் வாசிக்க முருகேசன் டப்பாவிலிருந்து பணத்தை எண்ணிக் கொடுக்க வரிசை நீண்டுகொண்டே போனது. பெண்கள் பக்கத்தில் வந்து நின்று சம்பளம் வாங்கினார்கள். திகுதிகுவென எரியும் ஆவலுடன் ஒவ்வொரு முகத்தையும் நோக்கினான். மனம் அவிந்து போனான். மலர்ச்சியில்லாத

எண்ணெய் வழிகிற முகங்கள். ஒவ்வொரு முகமும் வறண்டிருந்தது. ஒவ்வொரு பெண்ணும் மேஜையருகே வந்ததும் குப்பென்று ஒரு நெடி மூக்கிலடித்தது. தீப்பெட்டிக் கருமருந்து வாடையுடன் எண்ணெய்ச் சிக்கு வாசனை, என்றைக்கோ தலையில் வைத்த பூவின் மிச்சவாசம், குளிக்காத பெண்ணுக்குரிய கவிச்சியென எல்லாமாய்ச் சேர்ந்த ஒரு நெடி. கூடவே 'சளபுளா ஆம்பிளைக்கு சமதையான கிண்டல் பேச்சுகள் வேறெ.

இவன் மனசின் சித்திரங்கள் ஒவ்வொன்றாய் அழிந்து வழிந்தன. திடீரென உடம்பெல்லாம் அசதி கவ்விக்கொண்டது. தலைவலித்தது.

பட்டுவாடா முடிந்து மறுபடி அறைக்குள் வந்து கூட்டல் கழித்தல் பார்த்து மிச்சப்பணத்தை சரிபார்த்து முடித்து கணக்கை லெட்ஜர்களில் எழுதி முடிக்கையில் வெளியே ஸ்கூட்டர் சத்தம் கேட்டது. இவனை இருக்கச் சொல்லிவிட்டு முருகேசன் பணத்தை எடுத்துக் கொண்டு போனார்.

இவன் மேஜையில் சோர்ந்து சரிந்தான். நெற்றி தெறித்தது. ரொம்ப நேரமாகியும் முருகேசன் திரும்பாததால் மெல்ல வெளியே வந்தான். முதலாளி தூங்கி எழுந்து பவுடர் போட்டு கைலியுடன் சிகரெட் பிடித்துக் கொண்டிருந்தார். தற்செயலாக இவன் பக்கம் திரும்பிய முதலாளி ''நீ வேணுன்னா போயேன் தம்பி'' என்றார். குபுக்கென்று அழுகை வந்தது. வணக்கம் சொல்லிவிட்டு கிளம்பினான்.

''காலையில ஏழு மணிக்கு வந்திருப்பா'' என்று முருகேசன் ஞாபகப்படுத்தினார்.

தெரு வெறிச்சோடிக் கிடந்தது. தெருவிளக்கும் இல்லாமல் ஆள் நடமாட்டமும் இல்லாமல் இவனுடைய செருப்புச்சத்தம் மட்டும் பயங்கரமாகக் கேட்டது. பயந்தபடியே ஒரு நாய் விழித்துக்கொண்டு ''வள்ள்....'' என்று குரலெழுப்பியது. நா வறண்டு கைகால்கள் விளங்காமல் போனது போல நடந்து நாயிடமிருந்து நல்ல வேளையாக தப்பி வீட்டையடைந்தான்.

விளக்கணைத்து கதவைப்பூட்டி எல்லாரும் எனக்கென்ன என்று நிம்மதியாகப் படுத்திருந்தார்கள். அம்மாகூடப் படுத்துவிட்டாள்.

கதவைத் தட்டினான். மறுபடி தட்டினான். ''யம்மா...'' தட்டினான். ''கதவைத் திறம்மா'' என்று தட்டினான். லேசான முனகலாக ''ம்ம்....'' என்ற சத்தம் கேட்டது. ''யம்மா .. கதவைத் தொறந்து தொலை'' என்று தடதடவென்று முரட்டுத்தனமாக கதவைத் தட்டினான்.

திடீரென ஒரு கணம் தட்டுவதை நிறுத்தினான். ச்சே... அப்பா மாதிரியே தட்டுகிறோமே! உடம்பு முழுசாய் ஒருமுறை அதிர்ந்து குலுங்கியது.

லங்கர் பாய்

சல்யூட் அடித்து லெப்டினன்ட் சாமிநாதன் கர்னலுக்கு முன்னால் அவர் அறையில் நின்றபோது மாலை 6 மணிக்கான பிகிள் ஊதியது. கர்னலும் எழுந்து நின்றார். கொடி இறக்கி மறு பிகிள் ஊதியதும் 'சிட் டவுன் அழைத்தார் என்று குறுகுறுப்புடன் நாதன் அமர்ந்தான்.

''யார் அந்தப் பையன்?'' கர்னல் நேரடியாகக் கேட்பவர்.

''அது வந்து... ஒரு அனாதைப் பையன் சார்.....''

''நோ, மெஸ்ஸில் பாத்திரம் கழுவி கரிமூட்டை சுமந்து அறை அறையாக டீ சப்ளை செய்து வயிற்றைக் கழுவுகிற ஒரு சாதாரண சிவிலியன். வேலைக்காரச் சிறுவன். ஆம் ஐ ரைட்?''

''யெஸ் சார்.''

''அவனோடு சுற்றுவதை நிறுத்துங்கள். யுஆர் எ லெப்டினன்ட். ஒரு கமிஷண்ட் ஆபீசர். அதை மறந்து விடாதீர்கள்.''

''சார் அது வந்து............''

''நோ மோர் எக்ஸ்கியூஸ்.''

''யெஸ் சார்.''

''யூ கேன் கோ.''

தொப்பியைத் தலையில் மாட்டி மீண்டும் சல்யூட் அடித்துவிட்டு சாமிநாதன் வெளியே

வந்தான். பனி விழ ஆரம்பித்துவிட்டது. இந்த டிசம்பர் கொஞ்சம் அதிகம்தான். அறைக்கு வெளியே தொடங்கி விட்டுப் போயிருந்த பனிக்கோட்டையும் பனிக் குல்லாவையும் மீண்டும் அணிந்து கொண்டு தன் அறையை நோக்கி நடந்தான் நாதன்.

பனிக்கட்டிகளைக் காலால் உதைத்துக்கொண்டே நடந்தான். அது நானாவிடமிருந்து வந்த பழக்கம். நானா நடக்கும் போது பனிக்கட்டிகளை உதைக்காமல் நடக்க மாட்டான். ஒரு உதையில் கட்டி உடைய வேண்டும்; இல்லாவிட்டால் நின்று 'சாலா மீண்டும் உதைப்பான். எதிரே சிப்பாய்களின் சல்யூட்களுக்கு பதிலடித்துக் கொண்டே நாதன் அறைக்கு வந்தான்.

உள்ளே வந்ததும் ஹீட்டரைப் போட்டு விட்டான். கைகளை ஹீட்டரில் வைத்து தேய்த்து முகத்திலும் வைத்துச் சூடேற்றிக் கொண்டான். யூ ஆர் எ லெப்டினன்ட். யூனிபார்மை கழட்டி விட்டெறிந்தான்.

மேஜையில் அம்மாவும் தங்கையும் அவனும் சிரித்தார்கள். கட்டிலில் உட்கார்ந்தான். அம்மாவையே பார்த்துக் கொண்டிருந்தான். நானாவையும் ஒரு பிள்ளையாக நீ ஏற்றுக்கொள்வாய் இல்லையா அம்மா!

கர்னல் சொல்லிவிட்டால் ஆச்சா? எல்லாரும் குடித்துவிட்டுப் படுத்த பிறகு அவர்கள் கிளம்பினார்கள். இரவுகளையே தொடர்ந்து தேர்ந்தெடுத்தார்கள்.

அந்த பௌத்த கோயிலான கும்ப்பாவை தாண்டும்வரை பேசாமலே நடந்தார்கள். நிலவொளியில் பாதை கண் கூசச் செய்தது. தூரத்து சிகரத்தின் உச்சிப்பனியும் அதற்குக் கீழே பனி கரைந்த மலையின் கருப்பும் கூட பக்கத்தில் தெரியும். ஒன்றும் உடனே பேசத்தோன்றாது நடந்து கொண்டிருப்பார்கள்.

நானா நெடுக பனிக்கட்டிகளை உதைத்தபடியே வருவான். திடீரென்று ரெண்டு வார்த்தை பேசுவான். அது பொதுவான ஒரு வாக்கியமாக இருக்கும். "பொம்பளைகளை எல்லாம் தூக்கிலே போடணும் நாதன் சாப்" என்கிற மாதிரி அது இருக்கும் "அச்சா?" என்று ஒரு தலையை மட்டும் ஆட்டிவிட்டு நாதன் கடந்து கொண்டிருப்பான். திஸ்தா நதியின் கரைக்கு வந்து சேரும்போது "கேப்டன் சாப்பின் சம்சாரம் இருக்கிறாளே அவள் ஒரு கேடு கெட்ட பொம்பளை" என்பான். பையப்பைய கதை வரும். நாதன் மறுபடி ஒரு அச்சா... போட்டு நதியைப் பார்த்தபடி நிற்பான். அவர்களின் பேச்சே இப்படித்தான் தொடரும். வார்த்தைகளாக, விட்டு விட்டு. உறைந்து கொண்டிருக்கும் நதியில் நீரின் ஓட்டம் அங்கங்கே பனிக்கு மேலே நிலவொளியில் கருப்பாய் தெரியும். நானாவும் பேச்சைத் தொடராமல் நதியைப் பார்த்து நிற்பான். நாகா பள்ளத்தாக்கை நோக்கி வெள்ளையாய் பாயும் நதி.

தேர்ந்தெடுத்த கதைகள்

காற்று வீசும் வெள்ளை மாவு போல பொறுபொறுவென பொழியும் பனியுடன் கூடிய காற்று நாதனுக்கு அம்மாவின் ஞாபத்தைக் கொண்டு வரும். நானாவுக்கு அது அப்பாவின் ஞாபகமாக இருக்கும். நெருங்கி வந்து நாதனின் கைகளைப் பற்றிக் கொள்வான். நாதன் அவன் தோளைச் சுற்றி வலக்கையைப் போட்டு தன்னோடு சேர்த்து இறுக்கிக் கொள்ள நதியையே பார்த்து நிற்பார்கள் நானாவின் அப்பாவைப் போல. ''சலோ பேட்டா.''

அப்பாவின் ஞாபகம் ''சலோ பேட்டா '' என்ற வார்தைகளோடு கோர்த்திருந்தது. சலோ பேட்டா.... நட மகனே, நட செல்ல மகனே.

''உலகத்தில் எங்கியுமே சண்டையும் யுத்தமும் வரக்கூடாது நாதன் சாப்.'' இந்த வார்த்தைகளை இந்த நதிக்கரையில் நின்று நானா ஒவ்வொரு முறை சொல்லும்போதும் நிலவு மேகங்களிடையே மறைந்து கருத்த அப்பாவின் ஞாபகம் வரும். கருத்த அவரின் தேகம். மீசை, அகண்ட நெற்றி, ரோமம் மிகுந்த அவரது மார்பு எல்லாம். நானா தன் இரு கரங் களாலும் தோளில் கிடக்கும் நாதனின் கையை இறுகப் பற்றிக்கொள்வான். பாத்திரம் தேய்த்து உண்டான கரணைகளை அந்த அழுத்தமான பிடியில் நாதன் உணர்ந்து கொண்டிருக்கும்போது ''பாகிஸ்தான் லடாயில் அவர் சாகாமல் இருந்திருந்தால் என் அம்மாவும் அவனுடன் ஓடிப் போகாமல் என்னோடு இருந்திருப்பாள். இல்லியா சாப்'' என்று சொல்லிக் கொண்டிருப்பான் நானா. சரி சரி, கலைப்பட வேண்டாம் என்கிற தொனியில் நாதன் அச்சா அச்சா என்று மேலும் இறுக அவனை அணைத்துக் கொண்டு மேலே நடப்பான்.

இப்படி தோளில் கை போட்டபடி அந்த நிலவில் திஸ்தாவின் கரையில் நடந்துகோண்டேயிருக்க வேண்டும். அது நானாவுக்கு ரொம்பவும் பிடிக்கும். அவனது சிவந்த முகம் அப்போது ரொம்ப பிரகாசமாக இருக்கும். பகல் முழுக்க இரண்டு முகத்தோடு அலைந்து கொண்டிருக்கும் நானா வேறு பையன் என்று தோன்றும்.

பகலில் ஆளைத் தொடவிடமாட்டான். நாதன் முதன்முதலாக இந்த எல்லைப்படைப்பிரிவுக்கு மாற்றலாகி வந்து சேர்ந்த நாளில் நானா அவனுடைய அறைக்கு டீ கொண்டுவந்தான்.

நீதான் டீ பாயா?

இல்லை. லங்கர் பாய். லங்கரில் - சமையலறையில் எல்லா வேலைகளையும் செய்வேன்.

தொடர்ந்து நாதன் கேட்ட கேள்விகளுக்கு ஜீ என்றோ சாப் என்றோ நஹி என்றோ ஒற்றை வார்த்தையில் பதில் சொல்லிக்

கொண்டு வந்தான். நாதன் அச்சா என்றும் ஆமோதித்துக் கொண்டிருந்தான். திடீரென்று நீங்கள் வங்காளியா? என்று நானா கேட்டான். நாதன் 'இல்லை'

'கரெக்ட்' பின் வாங்கினான். முகம் இருண்டவனாக ரெண்டடி பின்னால் நகர்ந்தான். நாதன் 'என்ன ஆச்சு? உட்காரப்பா அவன் தோள்களின் மீது இரு கைகளை வைத்து அமுக்கி கட்டிலில் உட்கார வைத்தான். நானாவின் உதடுகள் நடுங்கின. உடனே அவன் எழுந்துவிட்டான். 'நான் போகணும் டீ பாத்திரங்களை எடுத்துக்கொண்டு அவசரமாக அறையைக் காலி செய்தான்.

அவன் அப்படித்தான் இருப்பான். அது ஒரு செமி பாகல் என்று சக ஆபிஸர்கள் சொன்னார்கள். பாகிஸ்தானுடன் ஆன முதல் சண்டையில் அவனுடைய அப்பன் செத்துவிட்டான். அவனுடைய ஆத்தாக்காரியும் எவங்கூடவோ ஓடிப்போயிட்டாள். பயல் செமியாகிவிட்டான். இங்கிட்டு சுற்றிக்கொண்டு திரிவான். அவனிடம் நல்லா வேலை வாங்கலாம். ஜாஸ்தி பேச்சு எதுவும் வைத்துக் கொள்ளாதீர்கள் என்று அவர்கள் சொன்னதை நாதன் ஏற்றுக்கொள்ளவில்லை.

பதிமூணு பதினாலு வயதுச் சிறுவன். இன்னும் கூட மழலை மாறாத பேச்சு. அவனைப் பற்றி எப்படி இவ்வளவு தடித்த வார்த்தைகளால் பேச முடிகிறது.

மறுநாள் விடிகாலை டீயுடன் நானா எழுப்பினான். நாதன் எழுந்து கட்டிலில் உட்கார்ந்தபடி அவன் டீ கலப்பதை பேசாமல் பார்த்துக் கொண்டிருந்தான். ஒருவித அலட்சியத்துடன் டீ கலந்து கொண்டிருந்தான். தொட்டுவிடப் போகிறான் என்ற எச்சரிக்கை உணர்வு அவன் உடம்பெங்கும் சிலிர்ப்பது தெரிந்தது.

டீ கப்பை நீட்டினான். அதை வாங்கும் போது ''அச்சா நானா.... தும்....'' என்று நாதன் பேச வாயெடுத்தபோது ''என் பெயர் நானா இல்லை'' என்று கோபத்துடன் விறைப்பாகச் சொன்னான்.

''அச்சா? எல்லோரும் நானா என்றுதானே கூப்பிடுகிறார்கள்?''

''என் பெயர் கிஷன். கிஷன்சந்த்.''

''ஏன்? நானா என்று கூப்பிடுவது நன்றாகத்தானே இருக்கிறது. மதராஸில் குழந்தைகளை கண்ணா என்று அழைப்பதுபோல், பஞ்சாபியில் முன்னா என்று குழந்தைகளைக் கூப்பிடுவது போல!''

''நான் குழந்தை இல்லை. எனக்குப் பதினாலு வயசு ஆகிறது.''

டீ பாத்திரங்களுடன் அவசரமாக வெளியேறிவிட்டான்.

அப்புறம் ரெண்டு மூணு நாளாக நானாவை ஆளையே காணோம். வேறு பையன் டீ கொண்டு வந்தான். அவனிடம் நானாவைப் பற்றிக் கேட்டதற்கு ''அந்த லூஸ் டீ கொண்டுபோக மாட்டேன்னு சொல்லிடுச்சு சார். காய்கறி மூட்டை சுமக்கப்போயிருக்கு'' என்றான்.

காலையில் உடற்பயிற்சி முடிந்து மைதானத்திலிருந்து அறைக்கு ஓடி வந்து கொண்டிருந்தபோது ஏற்றத்தில் காய்கறி மூட்டையை முதுகில் சுமந்தபடி நானா குனிந்து குனிந்து நடந்து கொண்டிருந்தான். ஜல்தி, ஜல்தி என்று பின்னாலிருந்து மெஸ் கமாண்டர் விரட்டிக் கொண்டிருந்தான்.

நாதன் அந்தப் பக்கம் போனதும் மெஸ் கமாண்டர் நின்று சல்யூட் அடித்தான். ஒரு ராணுவ ஹெலிகாப்டர் தலைக்கு மேலே பறந்தது. ''என் அறையில் கொஞ்சம் வேலை இருக்கு. இவனை அனுப்பி வை'' என்று சொல்லிவிட்டு அறைக்கு ஓடி வந்தான் நாதன்.

வெந்நீரில் குளித்துவிட்டு ஆவி பறக்க தலையைத் துவட்டிக் கொண்டிருந்தபோது அறைக்கதவை நானா தட்டினான்.

''வா கிஷன், உள்ளே வா'' என்றான். நானா உள்ளே வந்ததும் ''உட்கார் கிஷன்'' என்று ஸ்டூலைக் காட்டினான். ''கிஷன்......... ஏன் ரெண்டு மூணு நாளாக டீ கொண்டு தரலை?'' ''என்ன கிஷன் சொல்லு'' மாற்றி மாற்றி கிஷன் கிஷன் என்று அழைத்ததில் லேசான திருப்தி நானாவின் முகத்தில் படிந்தது.

இருந்தாலும் காட்டிக்கொள்ளாமல் ''என்ன வேலை அறையில்?'' என்று கேட்டான். உண்மையில் அறையில் வேலை ஒன்றுமில்லை. ''இந்த மேசையை சுத்தம் செய்'' என்றான். அது ஏற்கனவே ரொம்பவும் சுத்தமாகத்தான் இருந்தது.

''இந்த மதராஸி சுத்த மடையனாக இருப்பான் போல இருக்கே என்று தான் அன்றைக்கு நினைத்தேன்'' என்றான் நானா. கீழே இருந்த சிறு நகரத்தின் உணவு விடுதி ஒன்றில் தேநீர் அருந்திவிட்டு இருவரும் கேம்ப் நோக்கி நடந்து கொண்டிருந்தார்கள். இன்னம் முழுசாக இருட்டாத சாயங்கால நேரம். பனி மூடிய சாலை சாம்பல் நிறத்தில் முன்னால் நீண்டு போய்க்கொண்டிருந்தது. இன்று நிலவு வராது. ரொம்பவும் இருட்டுமுன் பௌத்தக் கோவிலைத் தாண்டிவிட வேண்டும் என்று இருவரும் நடையை எட்டிப்போட்டார்கள். அந்த வேக நடையிலும் ஒன்றிரண்டு பனிக்கட்டிகளை உதைத்துக் கொண்டுதான் நடந்தான் நானா.

"நீங்கள் ஏகப்பட்ட அச்சா போடுகிறீர்கள்" என்றான் நானா. "இப்படி எல்லாருக்கும் அச்சா போட்டால் சீக்கிரம் கர்னல் ஆகிவிடுவீர்கள்" என்று சிரித்தான். "வரப்போகிற உங்கள் மனைவிக்கு உங்களை ரொம்பப் பிடித்துவிடும்."

நாதனுக்கு சிரிப்பு வெடித்தது. ரெண்டு பேரும் சிரித்துச் சிரித்து - வயிறு வலிக்க...ஐயோ! அஹ ஹ ஹ என்று பனிமலையின் திருப்பங்களும் கூடச் சேர்ந்து சிரித்தன. சிரிப்பு மலைகளுக்கு ஊடாக இருவரும் வயிற்றைப்பிடித்துக் கொண்டு ஓடினார்கள்.

சிரித்துச் சிரித்து ஒரு வளைவில் நின்றார்கள். சலோபாய் என்று கை கோர்த்து நடந்தார்கள். திரும்பவும் இடையில் சின்ன சிரிப்பு வெடிக்கும் - காரணம் இல்லாமல் கோர்த்த கைகளை வீசி வீசி நடந்தார்கள். 'அச்சா நானா' அச்சாவுக்கு சிரிப்பில் லேசான உடம்பு மிதக்கும். மிதந்து மிதந்து சாம்பல் நிறச் சாலையைக் கருப்பாக்கி இருட்டைக் கொண்டுவந்து சேர்க்கும் அப்பாவின் ஞாபகங்களோடு. புகைப்படத்தில் சிரிக்கும் நாதனின் அப்பா. 'சலோ பேட்டா நானாவின் அப்பா.

முன்னால் போய்க்கொண்டிருக்கும் அப்பாவை இருட்டில் கூர்ந்து நோக்கியபடி இருவரும் நடந்தார்கள். கைகள் இன்னும் இறுக்கமாய் சேர்ந்திருக்கும். மௌனம். மலைகளில், சாலையில், பள்ளத்தாக்கில் சிகரங்களில் எங்கும் கவிந்திருக்கும் கறுத்த மௌனம். மௌனத்தின் ஊடே இரண்டு உருவங்கள். வேகம் தளர்ந்த நடையுடன்.

'பனிதான் உச்சரித்தார்கள். பார்வையை மறைத்து திரையாய் கண்ணுக்கள் வழிந்தது ஒன்றுமில்லை, பனிதான், இருவர் நினைவிலும் அப்பா.

சாதாரணமாக இருப்பதாகக் காட்டிக் கொள்ள நாதன் விசிலடித்தான். விசில் குழறியது.

ஏதாவது பேசிவிட வேண்டும் என்று நாதன் தவித்தான். நானா தலையைக் கவிழ்ந்தபடி மெதுவாக காலால் பனிக்கட்டியை உதைத்து நடந்து கொண்டிருந்தான்.

பௌத்த கோயிலை நெருங்கிய போது அடர்ந்த பனியும் இருட்டும் கண்களை மறைத்துவிட்டன. ஒரு உத்தேசத்தில் நடந்து கொண்டிருந்தார்கள்.

"அது சரி நானா, ஆரம்பத்தில் நான் உன்னைத் தொட்டாலே பயந்து விலகுவாயே, ஏன்?"

அவன் நின்று நாதனுடன் கோர்த்திருந்த கைகளை விடுவித்துக் கொண்டான். "என்ன? என்ன ஆச்சு நானா?" பேசாமல் தலையைத்

தொங்கப் போட்டபடி நடந்தான். ''என்ன நானா... என்ன....'' என்று நாதன் தொடர்ந்து கேட்டுக்கொண்டே வந்தான். நானா உடனே நடையை எட்டிப்போட்டு வேகமாக நடந்தான். ''என்ன ஆச்சு..... ஏ... நானா.............'' என்று நாதன் பின்னாடியே வேகமாக வந்துகொண்டிருந்தான்.

நானா திடீரென்று ஓட ஆரம்பித்தான். அந்தக் கேள்வியிடமிருந்து தப்பித்து ஓடினான். பனியும் இருட்டும் கலந்த குகைக்குள் ஒளிந்து கொள்ள ஓடினான். கேள்வியாக நாதன் பின்னாடியே ஓடி வந்தான்.

சரியான ஏற்றத்துடன் கூடிய வளைவு. கொஞ்ச தூரம் ஓடியதுமே இருவருக்கும் இளைத்தது. நானா நின்றுவிட்டான். கொஞ்சம் தள்ளி நானாவும் நின்றான். நின்றவன் அப்படியே கீழே உட்கார்ந்துவிட்டான்.

நாதன் பதறி என்ன என்று ஓடி உட்கார்ந்து நானாவின் கன்னங்களை ஏந்திப்பிடித்தான். நாதனின் கரங்களில் தலையை உதறி உதறி மேலும் கீழும் மூச்சிரைக்க விக்கி விக்கி ஈ.... ஈ... என்று ஊளையிட்டான். உடம்பே நடுங்கிகொண்டிருந்தது. நாதனின் கைகளை இறுகப்பற்றிக் கொண்டான்.

''என்னடா நானா.... என்ன... சொல்.... அழாதே.''

எவ்வளவு நோஞ்சானாக இருக்கிறான் என்று நாதன் நினைத்தான்.

''அந்த மெஸ் கமாண்டர்... அந்த லங்கர் வாலா ராத்திரி ரம் குடித்து விட்டு.....'' விசும்பினான். ''ரொம்ப கெட்டவங்க....'' இருட்டில் அறையப்பட்டவனாக நாதன் உறைந்தான்.

தூரத்தில் குவார்ட்டர் கார்டில் மணி அடிக்கும் சத்தம் அனாதையாகக் கேட்டது. அவன் முதுகைத் தட்டி ''சரி சரி.... அழாதே எழுந்திரு'' என்று எழுப்பினான்.

மீண்டும் நடந்தார்கள். தனித்தனியாக, ஒன்றும் பேசாமல் கொஞ்ச தூரம் போனதும் நானா சிரித்தான். ''நான் சிவப்பா சாய்ரா பானு மாதிரி இருக்கிறேனாம். அவனுக எல்லாம் சொல்லுவானுக. ராத்திரி....''

அப்புறம் எதுவுமே பேசாமல் நடந்தார்கள். நானாவையும் ஒரு பிள்ளையாக ஏற்றுக்கொள்வாயா அம்மா நீ? அம்மாவின் சிரிப்பில் பெருமூச்சு விட்டான் நாதன்.

நாதன் கல்யாணமே செய்துகொள்ளப் போவதில்லை. இந்த லீவில் தங்கையின் கல்யாணம் நடக்கப்போகிறது. அத்தோடு ராணுவத்தை விட்டு விலகி நானாவையும் அழைத்துக் கொண்டு ஊருக்குப் போய் விடுவான். கடைசி வரை நானாவும் அவனும் கூடவே இருப்பார்கள்.

'ஆவ் பேட்டா

அம்மாவின் குரல் கேட்டு நாதன் போனான்.

சீக்கிரம் பட்டாளத்தைவிட்டு வந்துருப்பா என்று நாதனிடம் சொன்னாள்.

ஜூனில் வந்துடுவேம்மா; எல்லாம் எழுதிப்போயாச்சு என்றான்.

ஜூன் இருபதாம் தேதியிலிருந்து கண்டோன்மென்டில் தினசரி பார்ட்டி நடந்தது. ஒரே அமர்க்களமாக பிரிவுபசார விருந்துகள்.

குடித்த தலைக்கிறக்கம் தெளிந்து எழுந்தபோது வெயில் வந்திருந்தது. மணியைப் பார்த்தான். ஏழரை, எட்டு மணிக்கு வண்டி. கீழே இறங்கும் வாகனத்தைப் பிடிக்க அவசரமாக மூட்டை முடிச்சுகளைக் கட்டினான். சக ஆபீஸர்கள் உதவினார்கள்.

ஆபீஸர்கள் டாட்டா சொல்ல வண்டியில் ஏறினான் நாதன். ஊரில் கல்யாணம் காத்திருந்தது.

பிறந்த பயல் பெரிய சேட்டைக்காரனாக இருந்தான்.

நாதன் எங்கு கிளம்பினாலும் ''அப்பா, இரு நானும் வாரேன்'' என்று செருப்பை மாட்டிக்கொண்டு வந்துவிடுவான். பிஞ்சுக் கரங்களால் நாதனின் விரல்களைக் பற்றியபடி நடந்து வருவான். அவனோடு நடந்து போகும் பாதையே புதுசாக இருக்கும்.

கோர்த்த கையை ஆட்டி ஆட்டி நடப்பான். எல்லாச் சமயமும் இல்லாவிட்டாலும் எப்போதாவது மகனின் பிஞ்சு விரல்களைப் பிடித்து நடக்கையில் நாதனுக்கு மகனின் கரங்களில் பாத்திரம் தேய்த்து தடித்த கரணைகள் இருப்பதுபோல திகைப்பு வரும். மகனின் கைகளை எடுத்துப் பார்ப்பான்.

அது மாதிரி நாட்களில் ராத்திரியெல்லாம் தூக்கம் வராமல் தவிப்பான். மகனை இழுத்து அணைத்துக் கொண்டு கிடப்பான். தூக்கத்தில் புரண்டு பயல் கையை காலை மேலே போடும்போது சாம்பல் நிறமாய் பனியும் இருட்டும் கவிந்த சாலை முன்னால் விரியும். சத்தமில்லாத கேவலுடன் இரைக்கும் மூச்சுடனும் உடம்பே கரைந்து கரைந்து வெதுவெதுப்பான கண்ணீராய் கன்னங்களின் இரு பக்கமும் வந்து கொண்டே இருக்க மலைகள் விம்மி விம்மித் தணியும்.

அரக்கு முத்திரை

போஸ்டல் சூப்பிரண்டின் ஆபீஸ் மேலே என்றார்கள். மாடி ஏற முதல் படியில் கால் வைத்ததுமே சலங்கை ஒலி கேட்டது. ஈட்டியில் கட்டிய சலங்கையில் குலுங்கும் சத்தம். அடியெடுத்து மேலே ஏற ஏற சத்தத்தின் வேகம் கூடியது. சலிங் சலார்...சலிங் சலார்.....

ரன்னர் ஆறுமுகத்தின் வலது கைப்பிடியில் முன்னும் பின்னுமாய் குதித்து வரும் ஈட்டி. ஈட்டியின் கழுத்தில் குலுங்கும் மணிச்சலங்கை. போஸ்ட்மேன் பரமசிவம் மாடி ஏறி அதிகாரியின் முன் போய் நின்றார்.

"எப்படியிருந்தாலும் லஞ்சம் வாங்கிறது தப்பில்லையா? அது ஒரு ரூபாயாக இருந்தா என்ன, ஒரு லட்சம் ஆனா என்ன?" என்று அதிகாரி கேட்ட கேள்விக்கு பரமசிவத்திடம் பதில் இல்லை. மாடி ஏறி வந்ததில் இன்னும் மூச்சிரைத்துக் கொண்டிருந்தார்.

"தப்புதாங்க" என்று பரமசிவம் சொன்னதும் அறைச்சுவர்கள் நாலும் சத்தமாய் சிரித்தன. அதிகாரியின் மேஜையோ விழுந்து விழுந்து சிரித்தது. மேஜை டிராயர் உருவிக் கீழே விழுந்து சில்லறை சிதறி சிரிப்புடன் கலந்தது.

"தலைமுறை தலைமுறையா சர்க்கார் ஊழியம் பாத்துவர்ற குடும்பம். நீங்கதான் தயவு பண்ணணும்."

ச.தமிழ்ச்செல்வன்

"அந்த அறிவு உம்ம பையனுக்கு இல்லையே. செஞ்ச தப்புக்கு மன்னிப்பு எழுதிக் கொடுக்கச் சொல்லும் பார்க்கலாம்."

அவன் எழுதித் தருவானா?

"அவரு எழுதிக் குடுக்கவே மாட்டாரு மாமா. அவரு குணம் தெரியாம நீங்க ஏதும் பேசாதிக."

"அவன நம்பி நீ இருக்கே. ரெண்டு பிள்ளைக இருக்கு. என் பென்சன் பணம் எத்தனை நாளைக்கு காப்பாத்தும்? முந்நூறு ரூபாய்தான் என்றாலும் உத்தியோகன்னு ஒண்ணு இருந்ததே?"

பரஞ்சோதி உள்ளே நுழைந்தபோது அவனுடைய மனைவி அடுப்பு விறகுடன் பேசி அழுது கொண்டிருந்தாள்.

அவன் கழற்றித் தூர எறிந்த செருப்பு 'அதுக்கு நான் என்னப்பா செய்வேன் கட்டிலில் படுத்திருந்த பரமசிவம் கண்ணை மூடிக் கொண்டு நடப்பதை கவனித்துக்கொண்டிருந்தார்.

பரஞ்சோதி அங்கும் இங்குமாக அவசரமாக எதையோ தேடினான். கட்டிலுக்கு மேலே ஏறி அட்டியல் பலகையில் இருந்த பழைய டிரங்குப் பெட்டியை வேகமாகக் கீழே இழுத்தான். பலகையிலிருந்த மணிச்சலங்கையும் கூட இழுபட்டு உயரத்தில் இருந்து வேகமாய் தலையில் விழுந்து சலார் என்று வீடு முழுக்கச் சிதறியது. ரன்னர் ஆறுமுகம் தலை குப்புறக் கீழே விழுந்தார். அய்யா என்று கத்திய பரமசிவம் கட்டிலை விட்டிறங்கி ஓடிபோய் அய்யாவைத் தூக்கினான்.

"ஒண்ணுமில்லை. வாசப்படி தடுக்கிருச்சு" என்று அய்யா எழுந்தார். மகன் பரமசிவத்தை தட்டிக்கொடுத்தார். "நீ பள்ளிக்கூடம் போய்யா ஒண்ணுமில்லே."

மனைவி சத்தம் போட்டு பின்னாலிருந்து ஓடிவர ஆறுமுகம் சிதறிய மணிகளை கயிற்றில் கோத்து மீண்டும் ஈட்டியில் கட்டிக் கொண்டிருந்தார். மனைவியைக் கண்டதும் "சோத்தைப் போடுடி,. தபால் எடுக்க நேரமாச்சு" என்று ஈட்டியை சுவரில் சாய்த்தார்.

காடுகள் அதிர ரன்னர் ஆறுமுகம் ஓடிக்கொண்டிருந்தார். இடமுதுகில் அரக்கு முத்திரை வைத்த மெயில் பை அமர்ந்திருக்க வலக்கையில் ஈட்டி குலுங்க சலங்கையின் ஒலியை காற்று முன் கொண்டு செல்ல காடு வழி விட்டு நீண்டது. கண்கள் பாதையில் முன்னோட - தபால் ஆபீசில் கடிதங்கள் மீது டக டக டக டக என்று

அடித்த முத்திரையின் தாளகதியில் கால்கள் பாய்ந்து கொண்டிருந்தன. சலங்கையின் தெறிப்பில் தூக்கம் கலைந்து ஹோ ஹோவென்று மரங்கள் அசைந்தன. பாறைகள் வழிவிட்டு ஒதுங்கின. ஆறுமுகம் வந்துட்டான் என்று பறவைகள் சிரித்தன. வரவேற்றது கீரிப்பாறை. பையை இறக்கி சற்றே தைப்பாறினான். பெரிய திண்ணை போன்ற வழவழப்பின் குளிர்ச்சியில் கண்மூடினான் கால்கள் மெயில் பையின் மீதிருக்க ஈட்டி நெஞ்சில் சாய்திருக்க.

சேத்தூர் பையை கொண்டுவரும் ரன்னர் தளவாய் வரும் சத்தத்தையே காணோம். தஸ்புஸ்ஸென்று முக்கிக் கொண்டு வருவான் தளவாய். கீரிப்பாறைதான் சந்திப்பு. கீரிப்பாறையின் அடியில் பொங்கிப்பெருகும் சுனையில் இரு கைகளாலும் அள்ளி அள்ளிப் பருகினான். கைகால் முகம் எல்லாம் நீரை வாரி அடித்துக் கொண்டதில் ஓடி வந்த சூடு தணிந்தது.

பாறைக்குப் பின்புறம்தான் ஆறுமுகத்தின் முப்பாட்டன் பரஞ்சோதியை புதைத்த நடுகல் இருந்தது. அப்பக்கம் முப்பாட்டனைப் பார்த்து கும்பிடப் போனான். சும்மா போறியே என்று பாறையில் பை மீது கிடத்தியிருந்த ஈட்டி வீறுகொண்டெழுந்து ஆறுமுகத்தின் கை வந்து சேர்ந்தது. அந்த ஈட்டி இதே முப்பாட்டன் கை தொட்டு பரம்பரையாய் வந்ததென்றும் தளவாயிடம் சொன்னான். ஈட்டியைத் தாழ்த்தி முப்பாட்டனை வணங்கி எழுந்தான்.

ஈட்டி எழுந்து நின்று பெருமூச்சுவிட்டது. விட்ட பெருமூச்சில் மணி குலுங்கியது. குலுங்கிய மணியை அமுக்கிச் சத்தம் வராமல் பிடித்தபடி புதருக்குள் பதுங்கினான் பரஞ்சோதி. துரை கொடுத்தனுப்பிய முத்திரை வைத்த தபால் நெஞ்சுக்குள் பதுங்கியிருந்தது.

தொண்டைக்குழிக்குள் ரகசியத்தகவல் துடித்துக் கொண்டிருந்தது. கர்னல் ஹெரான் படை கொண்டு வருகிறான். நாலாயிரம் சிப்பாய்கள். மூன்று வெண்கல பீரங்கிகள். வெடி மருந்து மூன்று நாளைக்கு மட்டுமே தாக்குப்பிடிக்கும். சண்டையை நாலாவது நாள் வரை இழுத்து விட்டால் ஹெரான் ஒழிந்தான். கீச்கீச்சென பூச்சிகள். மழை வரும் போல கனத்து வீசிய காற்று.

தகவலை வாங்கிச் செல்ல வேண்டிய ஒற்றன் எங்கே? புதர்களிடம் கேட்டதற்கு அவை இறுக்கமாய் மௌனம் சாதித்தன. சர்க்கார் ஊழியன் தான் என்றாலும் நான் எதிரியின் ஆள் இல்லை. சும்மா சொல்லுங்கள் என்று புதர்களை வெறித்துப் பார்த்தான். மின்னல்

வெட்டியது. அந்தப் பயலாக இருப்பானோ! கீரிப்பாறையை ஒட்டிய காட்டுப்பாதையில் உட்கார்ந்து போகிற வருகிறவர்களுக்கு செருப்புத் தைத்துக் கொண்டிருந்தானே....

அவனேதான். சாமி இங்கிட்டு வாங்க. எட்டி நின்ற புதர்கள் அழைத்தன. பதுங்கிச் சொன்றான். அவன்தான். செருப்புத் தைக்கும் சாமான்களுடன் கருத்த முன் பற்களுடன் ''நான்தான் சாமி ஒண்டிப்பகடை'' என்று அடையாள முத்திரையைக் காட்டினான்.

சண்டையை நாலாவது நாள் வரை இழுத்து முடிக்கும் முன்பே முதுகில் அம்பு பாய்ந்துவிட்டது. ஒண்டிப்பகடை அம்போடு மாயமாய் மறைந்துவிட்டான். பரங்கியன் ஹெரானின் கூலிப்படைகள் சரமாரியாக வீசிய அம்புகளில் பரஞ்சோதி வீழ்ந்தான். கொட்டிய குருதி மண்ணில் பரவியது. ஈட்டி அவன் மார்மீது சரிந்தது.

பரவிக் கிடந்த சிவப்புக்கு நடுவே கருப்பாய் பரஞ்சோதி படுத்துக் கிடந்தான். வீடெங்கும் பசையும் நோட்டீசும் வால்போஸ்டர்களும் சிகப்புக்கொடியும் என சிகப்பு சிகப்பு எனப் பார்த்த பரமசிவத்துக்கு மூளை கலங்கிக்கொண்டிருந்தது.

மன்னிப்பு என்று ஒரு வார்த்தை. அது போதுமே. அதிகாரி உனக்கு வேலையை திரும்பப் போட்டு தருவதாகச் சொன்னாரே.

இலாகா மீதும் அதிகாரிகள் மீதும் விசுவாசம் வேண்டாமா? மரியாதை வேண்டாமா?

கொடிகள் கோபத்துடன் சிலிர்த்தன. கிழவா கிழவா...... என்று தலையில் அடித்துச் சிரித்தன. ஆற்றில் குளிக்கும்போது தண்ணீர் சிகப்பாயிருந்தது. நடந்து வரும்போது தார் ரோடு சிகப்பாய்த் தெரிந்தது. முருகா என்று நெற்றியில் இட்டபோது விபூதி சிகப்பாய்த் தெரிந்தது. அடி வயிறு கலங்கிக்கொண்டிருந்தது.

எல்லாம் உன் பொறுப்பு என்று முருகனிடம் கண்ணீரைத் தந்து அய்யாவின் படத்திற்கும் ஊதுபத்தி கொளுத்தினார். பழுப்பு நிறத்தில் புகையேறிய படத்தில் ரன்னர் ஆறுமுகம் சிரித்தார். மீசை துடித்தது. மீசையின் துடிப்பில்கூட சலங்கை குலுங்கியது.

சலங்கையின் குதிப்பில் பரஞ்சோதி புரண்டு படுத்தான். சலார் சலார் என்று முப்பாட்டன் ஓடிவந்துகொண்டிருந்தான். தாத்தா என்று பரஞ்சோதி எழுந்தான். விபூதி இட்ட வீச்சோடு பரமசிவம் மகனைப் பார்த்தார்.

''அதை எங்கே'' என்றபடி பரஞ்சோதி எழுந்து வந்தான். ரெடியாக எழுதி வைத்திருந்த மன்னிப்புக் கடிதத்தை எடுத்து நீட்டினார். சீ என்று அதை வாங்கிக் கிழித்தெறிந்தான்.

''யாரைக் கேட்டு அதிகாரியைப் பார்க்கப் போனீங்க?''

பரஞ்சோதி முழித்த முழியில் வீடே சூடாகிக் கொதித்தது. அவன் முகத்தைப் பார்க்கப் பயந்து கீழே கிடந்த கொடிகளைப் பார்த்துப் பரமசிவம் பேசினார். ''என் மகனுக்கே வேலை போச்சி. நான் யாரைக் கேட்டுட்டுப் போகணும்?''

எங்களைக் கேட்டிருக்கணும் என்று கொடிகள் புரண்டன. ஆபீஸ்களுக்கு காண்ட்ராக்ட் மூலம் மொத்தமாக அதிகாரி வாங்கிய மேஜை நாற்காலிகளையாவது கேட்டிருக்கணும். இவை அவனைப் பற்றியும் சர்க்காரின் தில்லுமுல்லு பற்றியும் கூறியிருக்கும். அதிகாரி காலில் விழப்போனியே, அந்த அறையின் சுவர்களையாவது கேட்டிருக்கணும். மணியார்டர் பட்டுவாடா செய்யும்போது ஒரு ரூபாய் லஞ்சம் வாங்கியதாக பரஞ்சோதி மீது குற்றம் சாட்ட அந்த அதிகாரிக்கு என்ன தகுதி இருக்கிறது?

அந்த அறையின் சுவர்கள் சிரித்த சிரிப்பு எதிரொலித்தது. எங்களைக் கேட்காமல் எப்படி நீ போனே?

நாங்க முட்டாள்களா? நாங்கதானே இலாகா. நாங்க அசையாமல் இலாகா எப்படி அசையும்?

நாங்க நாங்க நாங்க.. நான்-பரஞ்சோதி.. போஸ்ட் மேன் பரமசிவத்தின் மகன். ரன்னர் ஆறுமுகத்தின் பேரன். தபால் பட்டுவாடா செய்யும் ஒரு புறநிலை ஊழியன். இது எதுவும் கிடையாது. நாங்க மூணு லட்சம் பேரு. நாங்க ஆறு லட்சம் பேரு நாங்க........ நாங்க.............

''சரி எதுக்கு வெட்டிப் பேச்சு?''

''அதை எங்கே? தாத்தாவின் ஈட்டி? அதை எங்கே வச்சிருக்கே? வச்சிருக்கியா தூக்கி அடுப்பிலே விறகுக்கு வச்சிட்டியா?''

''ஏண்டா இப்பிடி கேவலமா பேசுறே? நமக்கு பரம்பரையா கஞ்சி ஊத்துன ஈட்டிடா அது.''

ஈட்டியைக் கஞ்சியுடன் இணைத்துப் பேசியதும் சட சட சட வென நோட்டீஸ்களும் போஸ்டர்களும் கெக்கலித்தன.

பரமசிவத்தை நோக்கி கையை நீட்டிச் சிரித்தன.

பரணியிலிருந்து ஈட்டியைக் கீழே இறக்கியதும் வீடு லேசாக குலுங்கி நின்றது. பரஞ்சோதி ஈட்டியை நட்டு கம்பீரமாக அதைப் பற்றி நிமிர்ந்து தொலைநோக்கிப் பார்த்தான். தூரத்தில் ஊர்வலம் வந்து கொண்டிருந்தது.

'வந்தே மாதரம்' பக்கமும் நின்று பார்த்துக் கொண்டிருந்தது. ஏட்டு பொன்னையாவும் ரன்னர் ஆறுமுகமும் முதல் வரிசையில். எல்லாக் கொடிகளும் முளைத்தன. வந்தே மாதரம். வெள்ளையனே வெளியேறு. பாரத் மாதாகி ஜே. மகாத்மா காந்திக்கு ஜே. ஆனால் ஏட்டும், ரன்னரும் மட்டும் ஒரே கோஷத்தைத்தான் முழங்கி வந்தார்கள். ''கப்பற்படை எழுச்சி வெல்லட்டும். தல்பார் மாலுமிகள் வெல்லட்டும்.''

''அவர் பெத்த மகனா நீ? சீ....''

அவர் கொடுத்த ஈட்டியைத்தான்டா நானும் தூக்கிட்டு ஓடினேன். ரன்னர் பதவி எடுபட்டதும் போஸ்த்மேனாகிய பிறகும் காக்கிச் சட்டையை மாட்டும் போதெல்லாம் சலங்கை ஒலித்ததே. சல் சல் என்று கடமை கடமை என்று முப்பது வருசம் பரமசிவத்தை இயக்கியதே இந்தச் சலங்கை ஒலிதான். எவ்வளவு புனிதமான ஈட்டியும் சலங்கையும்! அவர் பேரனா நீ? இலாகாவை பகைச்சிக்கிட்டு அதிகாரிகளை எதிர்த்துக்கிட்டு?

பரஞ்சோதி தாத்தாவைப் பார்த்தான். மீசை துடிக்க அவனைப் பார்த்து தாத்தா சிரித்தார். எது தாத்தா? இலாகாவா தேசமா? சொல் தாத்தா. எது சரி? அப்பாவா? நானா? சொல் சொல்.

பேரனின் உசுப்பலில் கீரிப்பாறை பிளந்து, வீழ்ந்து கிடந்த முப்பாட்டன் பரஞ்சோதி ஈட்டியை ஊன்றி உயிர்த்தெழுந்தான். எலும்புகள் அசைவு பெற்று சடசடத்தன.

அவர் நெஞ்சுக்குள் பதுக்கி வைத்திருந்த துரையின் கடிதம் வெளியே தெறித்து விழுந்தது. கடைசியாக இலாகா கொடுத்த கடமை. டெலிவரி செய்யப்படாமல் பாட்டனோடு புதைந்த கடிதம். தேசம் ஜெயிக்க ஒற்றனுக்கு சேதி சொல்லி செத்தபோது புதையுண்ட கடிதம். அரக்கு முத்திரை தெறிக்க குதித்து விழுந்தது.

ஒவ்வொரு காலடி வைப்பிலும் காலங்கள் பின் செல்ல பேரனை நோக்கி வந்துகொண்டிருந்தார். சலங்கை முன்னால் குலுங்கி வர.

96 தேர்ந்தெடுத்த கதைகள்

வாளின் தனிமை

வாளின் ரீங்காரம் தூக்கத்திலிருந்து என்னை எழுப்பியது. பஸ்ஸிலிருந்து பலரையும்.

லக்கேஜ் வைக்கும் இடத்தில் சூட்கேஸ்களுக் கிடையே அது கிடந்தது. பஸ்ஸின் அதிர்வோடு ஒத்திசைந்து 'கிர்.... கிர்ர்...கிர்ர் மொழியில் வாள்பேசத் துவங்கியது. முதலில் எனக்கு அதன் பாஷை புரியாததால் அது கிடந்த இடத்தை வெறுமனே ஒருமுறை எட்டிப்பார்த்துவிட்டு வயோதிகத்துக்கே உரிய பெரும் அலுப்புடன் மீண்டும் கண்ணைமூடினேன். விட்ட இடத்தில் தூக்கத்தைப் பிடிக்க முற்பட்டேன்.

இருட்டில் 'கிர்......... சுப்பையா... கிர்ர்........ சுப்பையா மெதுவாக என்னை அழைப்பது கேட்டது. ஆத்தாவும் அப்பத்தாளும் வெளியே திண்ணையில் தூங்கியிருந்தார்கள். மச்சுவீட்டு இருட்டுக்குள்ளிருந்து வாள் அழைத்துக் கொண்டிருந்தது. இன்று பகலில்தான் என் நச்சரிப்பு தாங்க முடியாமல் அய்யா அதை வெளியே எடுத்து துருவும் களிம்பும் போக சுத்தம் செய்து தந்திருந்தார். பள்ளிக்கூட நாடகத்துக்காக... அய்யா வயக்காட்டுக் காவலுக்குப் போன பிறகு வாளை இன்னும் பளபளப்பாக்க வேண்டி அப்பத்தாவின் யோசனைப்படி விபூதி, கொண்டு துலக்க ஆரம்பித்தேன். துலக்கத் துலக்க அதன் வெண்கலப்பிடியும் நீண்ட கூர் நுனியும் சுடர்விட ஆரம்பித்தன.

ச.தமிழ்ச்செல்வன்

''இது புலித்தேவன் காலத்து வாள்டா அய்யா.... தலைமுறை தலைமுறையா உங்க பாட்டன் பூட்டன் எல்லாம் இதை வச்சுத்தான் குல தெய்வத்தக் கும்பிடுவாக.'' மாட்டுத் தொழுப்பக்கம் பெரிய கல் உரலின் மீது வாளைச் சாய்த்து நான் தேய்த்துக் கொண்டிருக்க முருங்கைக் கீரையை ஆய்ந்தபடி அப்பத்தா சொல்லிக் கொண்டிருந்தாள்.

அவள் போனதும் நானும் வாளும் மட்டும் தனியானோம். விபூதிக் கையைத் தூசி தட்டிவிட்டு கிழிந்த வேட்டித் துணி கொண்டு வாளை மினுக்கினேன். ஆனால் ஒரு கையால் தூக்குவது சிரமமாயிருந்தது. வாள் இன்னும் கேலியுடன் ''ப்ப்....ர்ர்.... என்று சிரித்தது. தம் கூட்டித் தூக்கி ஒரு சுழற்று சுழற்றினேன். காற்றில் விஸ்ஸென்ற சத்தம் கேட்டது. சுழற்றி நிறுத்தினேன். கைப்பிடி என் நெஞ்சுக்கு வந்து நின்றது. விஸ்ஸென்ற சத்தம் மீண்டும் கேட்டது. வாளின் விசும்பல்.

ராத்திரி எல்லோரும் தூங்கிய பிறகு நைஸாக மச்சு வீட்டுக்குள் போய் வாளை எடுத்து மெல்ல என் மடியில் கிடத்தினேன். டவுசர் பையிலிருந்த துணியை எடுத்து அன்புடன் தடவிக்கொடுத்தபடி துடைக்கத் துவங்கினேன். வாள் விம்மிப் பெருமூச்சுவிட்டபடி புரண்டு படுத்தது.

''எதுக்கு அழுதே சாயந்திரம்?'' அப்பத்தா என் தலையை வருடிக் கொடுப்பதுபோல வாளின் கைப்பிடியை வருடினேன். செல்லமாக மறுபடி கேட்டேன் ''எதுக்கு அழுதே? சொல்லு.''

வருடிக்கொண்டிருந்த என் கையைத் தட்டிவிட்டது வாள். ''இதெல்லாம் எனக்குப் பிடிக்காது'' என்றது.

ரெம்ப கரடுதட்டிப்போயிருந்தது அதன் குரல். ஒரு சாடைக்கு அது அப்பத்தாளின் குரல்போலவும் எப்பவோ செத்துப்போன ஒரு பூட்டனின் குரல் போலவும் தெரிந்தது.

''சரி'' என்று உடனே என் கையைப் பிரித்துக்கொண்டேன். ''இப்ப சொல்லு, சாயந்திரம் எதுக்கு அழுதே?''

'முதல்ல நீ என் பிடியில் வச்சிருக்கிறே சந்தனம் குங்குமப் பொட்டு. அதை உடனே அழி'' என்றது கோபமாக.

''ஏன்? ஏன்? எங்க அய்யா வருஷாவருஷம் ஆயுத பூஜைக்கு உன்னைக் கழுவி இப்படித்தானே பொட்டுவப்பார்!''

''இதெல்லாம் எனக்குப் பிடிக்கவே பிடிக்காது.''

வேகமாகப் பொட்டை அழித்தேன். ''உனக்கு என்னதான் பிடிக்கும் பிறகு?''

''முதல்ல உனக்கு என்ன பிடிக்கும்னு சொல்லு'' என்றது.

''எனக்கு........ எனக்கு எல்லாமே பிடிக்கும் விளையாடறது ரொம்ப பிடிக்கும்.''

''சின்ன பிள்ளைக்கு அழகு விளையாடறது.''

''அய்யாவுக்கு அழகு கம்பெடுத்து காட்டுக்கு காவலுக்குப் போறது.''

''அப்பத்தாளுக்கு அழகு கதை சொல்றது.''

''வாளுக்கு அழகு நியாயத்துக்கான சண்டையில் ஒருவீரன் கையில் சுழல்றது.''

''உனக்கு அழகு இப்படி பஸ்ஸில் எச்சில் வழியத் தூங்கறது ஹிஹி.....''

சடன் பிரேக் ஒரு ஊர்வலத்தில் முட்டி நின்றது. ஊர்வலம் முடிய இன்னும் ஒரு மணி நேரமாவது ஆகும் போலத் தோன்றியது. இறங்கி நடந்நால் பதினைஞ்சு நிமிஷத்தில் வீடு போய்ச் சேர்ந்துவிடலாம். வேட்டியை மடித்துக்கட்டினேன்.

வெயில்பட்டு வாள் மினுங்கியது. அதைச் சுற்றிறியிருந்த துணியை இன்னும் சரியாக இழுத்து மூடினேன். ''யோவ் பெரியவரே....'' என்று மூன்று இடத்தில் என்னை நிறுத்தி போலீஸ்காரன் வாள் பற்றி கோபத்துடனும் சந்தேகத்துடனும் விசாரித்தான். ''சரி...சரி.. சீக்கிரம் இடத்தைக் காலி பண்ணும். மந்திரி வர்ற நேரமாச்சு'' என விரட்டினான்.

ஜிப் கிழிந்த ரெக்ஸின் பையை இடது கைக்கு மாற்றினேன். அதற்குள்ளே ஊரில் விற்றது போக எஞ்சியிருந்த சில பழைய வெண்கல விளக்குகளும் கும்பாக்களும் பிதுங்கின. வாளை வலதுகைக்கு மாற்றி கக்கத்துக்குள் நெட்டு வசமாக வைத்து மறைத்தபடி வேகமாக நடந்தேன்.

துணியை விட்டுத் திமிறித் திமிறி முகம் நீட்டித் தன் கடும் எதிர்ப்பைச் சொல்லிக்கொண்டே வந்தது வாள். ''பேசாம வா'' என்று ஒரே அமுக்காகக் கக்கத்தில் இறுக்கிக்கொண்டு நடந்தேன்.

வேகமாக நடந்து வந்ததில் மூச்சு வாங்கியது. மெயின்கேட் அருகில் சக வாட்ச்மேன் அற்புதம் என் வருகையை எதிர்பார்த்து நின்று கொண்டிருந்தது சோடியம் விளக்கொளியில் மஞ்சளாகத் தெரிந்தது.

பனிக்காலமாதலால் ஸ்வெட்டரும் பனிக்குல்லாவும் அணிந்திருந்தான். என்னிடம் ஸ்வெட்டர் இல்லை. மப்ளரை இறுக்கிக் கொண்டேன். மேலே போர்த்தியிருந்த கருப்புக் கம்பளியை விலக்கி உள்ளே மறைத்துக் கொண்டு வந்திருந்த வாளை வெளியே எடுத்தேன்.

வேகமாக ஒரு சுழற்று சுழற்றிக் கீழே இறக்கி இடக்கையை இடுப்பில் வைத்து ஸ்டைலாக நின்றேன். அற்புதம் சிரித்தான். ''கொன்னுட்டே தலைவா'' என்று வாளை வாங்கி சுழற்றிப் பார்த்துவிட்டுக் கொடுத்தான். ''டூட்டி முடிஞ்சி போகும்போது காலையிலே ஆபிஸிலே போய் மேனேஜரைப் பாத்துட்டுப்போ. சாயந்திரம் சொன்னான்.''

அற்புதம் போனதும் நானும் வாளும் தனியானோம்.

வாட்ச்மேன் கூண்டுக்குள் கம்பளியையும் வாளையும் வைத்தேன். ''கொஞ்சம் இரு வந்திட்டேன்'' என்று வாளிடம் சொல்லி விட்டு டார்ச் எடுத்துக்கொண்டு காம்பவுண்டு சுவரைச் சுற்றி ஒரு ரவுண்டு அடித்து விட்டு வந்தேன். டார்ச்சை கீழே வைத்து விட்டு வாளைப் பார்த்துச் சிரித்தேன். சுற்றும் முற்றும் யாரும் இல்லையே என்று ஒரு பார்வை விட்டேன். இடுப்பு பெல்ட்டை இன்னும் இறுக்கிக்கட்டினேன். வாள் அடக்க முடியாத சந்தோஷத்தில் அதிர ஆரம்பித்தது.

சடாரென்று பாய்ந்து வாளைக் கையிலேந்தி விர்ர்விர்ரென்று சுழற்றினேன். புளுகாண்டித் தேவனிடம் சிறு வயசில் கற்ற சிலம்படி முறைகள் கால்களின் கெண்டைச் சதையில்திரண்டு திமிறின.

வேகமான வாள்வீச்சில் காற்றின் அடுக்குகள் சிதறின. சடுதியில் நான் காத்து நின்ற கம்பெனி மெயின் கேட் பகுதி போர்க்களமாயிற்று. முரசம் அதிர்கிறது. யானைகளின் பிளிறல். குதிரைகளின் குளம்பொலி.

எதிரிகளின் பரங்கித் தலைகள் சரிகின்றன. கம்மந்தான் சாகிபு தலைமையில் வந்த பரங்கிப்படைகள் சுப்புத்தேவனின் வாள் வீச்சில் பதறிச் சிதறுகின்றன. நெல்கட்டும் செவல் கோட்டை வாசலில் கேத்ட வாளின் வீச்சொலி மதுரை அரியாசனத்தை நடுக்கிற்று. பீரங்கிகளுக்குப் பின்னால் ஒளிந்தபடி புதிய பரங்கிப்படைகள் வந்தன. ஒளிந்து வந்த கோழைகளின் பீரங்கிகளுக்குத் தப்பிய புலித்தேவனின் குதிரைக்கு முன்னால் பாதுகாப்பு அரண் அமைத்தபடி பாய்ந்து கொண்டிருந்தது சுப்புத்தேவனின் வாள். குதிரைகளின் குளம்பொலியை மீறி வாளின் வீச்சொலி சேதுபதி சீமை வரை கேத்டது.

வீசிய கைகள் ஓய்ந்து கீழே சரிந்தபோது ராமநாதபுரம் கோட்டை வர, வாசலில் நழுவி விழுந்தது வாள். கைவிட்டுப் பிரிந்த வாள் கம்பெனி கேட்டில் மோதி 'ணங்' விழுந்துகிடந்தது.

மூச்சிரைக்க, வியர்வை வழிந்து கண்ணை மறைக்க இடுப்பைப் பிடித்து நின்றேன். தூரக்கிடந்த வாளையே பார்த்து நின்றேன்.

''பதிமூணு நாள் இப்படிக் கிடந்தேன்'' என்றது வாள்.

மறவர் சீமையின் மன்னன் சேதுபதி இருபத்தோரு வருஷங்களாக மலைக்கோட்டையில் சிறையிருக்க வெள்ளைக் கும்பினியாரை எதிர்த்து வெஞ்சினத்துடன் கிளம்பிய சித்திரங்குடி மயிலப்பனின் படையில் சேர ஆப்ப நாட்டிலிருந்து படை திரட்டி வாள் வீசி வந்தான் அதே சுப்புத்தேவன் - சுப்புக் கிழவனாக. பரங்கியர் சரக்கு மண்டிகளைக் கொள்ளையிட்டு ஆயுதங்களைக் கைப்பற்றி காடல்குடிச் சீமை வரை பரவிச் சென்று ஜெயக்கொடி நாட்டி வந்தது வாள்.

காளையார் கோயில் இறுதிச் சண்டையில் மயிலப்பன் மாறுவேட மிட்டுத் தஞ்சாவூருக்குத் தப்பிச் செல்ல குன்றில் அடியில் ரத்தக்கறையுடன் சுப்புத்தேவன் கையை விட்டகலாமல் வீழ்ந்து கிடந்தது வாள். சுற்றிலும் பரங்கியர் பிணங்களும் பரங்கிக்குத் துணை போன துரோகிகள் பிணங் களுமாகக் கிடக்க - பெய்த மழையில் குருதி கலைந்து கண் கூசச் சுடர்ந்து கிடந்தது வாள்,

பதிமூணு நாள் கழித்து இடம் அறிந்து நெஞ்சிலும் வயிற்றிலும் அடித்தபடி ஆப்ப நாட்டு மறத்திகள் வந்து சேர்ந்தார்கள்.

துயரத்தின் சின்னமாக - தோல்விக்காக அல்லாமல் - தலைவன் கை பிரிந்த தனிமைக்காக வாடிய வாள் கை மாறிக் கைமாறி ஆப்பநாடு வந்து சேர்ந்தது.

''அன்று தான் எனக்கு முதல் தடவையாக பூச்சூடி சந்தன குங்குமப் பொட்டு வைத்தார்கள்'' என்று பெருமூச்சுடன் சொல்லிக் கிடந்தது வாள்.

''இப்படி வாளையே பாத்துக்கிட்டிருந்தா அடுப்பில உலை கொதிக்காது'' என்று பின்னாலிருந்து மனைவி உறுதியாகச் சொன்னாள். தினசரி 200 தேங்காய் எண்ணெய், வாரத்துக்கு ஒரு விபூதி பாக்கட், பிடியை விளக்க தினசரி 50 புளியும் உப்பும், துடைப்பதற்கு கிழந்த வேட்டித் துணி என்று வாள் வேறுவிதமாக அவளுக்கு அர்த்தமாகியிருந்தது.

''கடன்காரன் மூஞ்சியிலே விட்டெறிய சம்பாதிக்கத்தான் துப்பில்லை. ஊரிலே கிடக்கிற பழைய வீட்டையும் பண்ட பாத்திரங் களையும் வித்துக் காசாக்கிட்டு வாரும்னு அனுப்புனா இந்த வாள் ஒண்ண கொண்டாந்து இறக்கிட்டாரு. எந்த நேரமும் வாளு, வாளுன்னு, ச்சை.... கடன் அடையுதோ இல்லையோ இந்தக் கிழவனுக்கு மூளை அடைச்சுப்போச்சு இப்ப. எல்லாம் என் தலையெழுத்து.''

''உம்ம தலையெழுத்து அப்படி இருந்தா யாரு என்ன செய்ய முடியும் பெரியவரே. எட்டி நடையைப்போடும். எஜமான் ஸ்டேஷன்ல காத்திக் கிட்டிருக்காரு.'' வாளை தோளில் சுமந்தபடி நான் முன்னே செல்ல பின்னாலிருந்து விரட்டிக்கொண்டு வந்தார் ஏட்டையா.

ஸ்டேஷன் போய்ச் சேரவும் இன்ஸ்பெக்டர் ஏட்டையாவைப் பார்த்து ''யோவ், ஆளு கிடைச்சிட்டானாம். பெரியவரை விட்டுரலாம்'' என்றார். ''யோகமிருக்கு பெரியவரே உமக்கு'' என்ற ஏட்டையா முதுகில் தட்டினார். மிக நீளமான ஆயுதம் கொண்டு குத்திக் கொலை செய்யப் பட்ட வாலிபனின் முகத்தை யோசித்தபடி திரும்பினேன். இன்ஸ்பெக்டர் ''யோவ்... கொஞ்சம் இப்படி வாரும்'' என்று ஞாபகம் வந்தது போல கூப்பிட்டார். ''ஆமா.... இந்த வாள் வச்சிருக்க லைசென்ஸ் இருக்கா உம்மிடம்?''

''இது எங்க பரம்பரை வாள் சார். தலைமுறை தலைமுறையாக எங்க வீட்ல இருக்கு.''

''யோவ். விளக்கெண்ணெ.... பரம்பரை மயிரு மட்டைனுக்கிட்டு.... பப்ளிக் ஆயுதம் வச்சிருக்கிறது சட்டப்படி குற்றம் தெரியுமா?''

''நாங்க மட்டும்தான் ஆயுதம் வச்சிருக்கலாம்'' என்று விளக்கினார் ஏட்டையா.

''துப்பாக்கிக்கு மட்டும்தான் சார் லைசன்ஸ் வேணும். இது வீட்டு வாள்தானே'' என்றேன். வீட்டுவாள் என்ற வார்த்தையைக் கேட்டதும் என் கையைத் திமிறிக்கொண்டு கோபத்துடன் கீழே டங்கென்று குதித்தது வாள்.

சத்தத்தால் கொஞ்சம் திடுக்கிட்ட இன்ஸ்பெக்டர், ''யோவ்..... சரியாப் பிடியுமையா..... கால்ல கையிலே போட்டுத் தொலையாம'' என்று சத்தம் போட்டுவிட்டு ரைட்டரிடம் அந்த ஜி.ஓ.வைக் கொண்டு வரச் சொன்னார். ''அந்த லிஸ்டில் வாள் இருக்கான்னு பாரு.''

ரைட்டர் தேடுதேடென்று ஃபைலைத் தேடிக் கொண்டே இருந்தார். இன்ஸ்பெக்டருக்கு கோபம் வந்துவிட்டது. ''நீரு தேடிக்கிழிச்சது போதும்'' என்று நிறுத்திவிட்டு ''யோவ் பெரிசு.... நாங்க ஜி.ஓ.வைப் பார்த்து சொல்றோம். அதுவரைக்கும் இதை வெளிய எடுக்கப்படாது. லிஸ்ட்ல இருந்ததுன்னா.... உடனே வாளை ஸ்டேஷன்ல கொண்டு வந்து ஒப்படைச்சிறணும் தெரியுதா.'' உடன் ஒரு துக்கம் வந்து மனசில் கவிந்தது.

வீட்டில் பாய் விரித்து வாளையும் என் பக்கத்தில் படுக்க வைத்துக் கொண்டேன். மனைவியும் குழந்தைகளும் ஒரு மாதிரியாகப் பார்த்தார்கள். உடனே துண்டை விரித்து வாளை மறைத்தேன். துண்டையும் மீறி வெளியே எட்டிப்பார்த்தது. எனக்குக் கண் கலங்கி விட்டது. ''ஊரிலே வீட்டை வாங்கியவனுக்கே இதை தானமாகக் கொடுத்து வந்திருக்கலாம். இந்தச்சீரழிவு தேவையா?'' என்றாள் அடுப்பிலிருந்தபடி. அவனிடம் விட்டு வந்திருந்தால் இந்நேரம் பேரிச்சம்பழத்துக்குப் போட்டிருப்பான்.

காலையில் டூட்டி முடிந்து வந்ததும் வாளைத் துடைத்து எண்ணெயிடுவதும் வீட்டுமுற்றத்தில் நாலு வரிசை அடியெடுத்துச் சுழற்றுவதும் வழக்கமாயிற்று. கம்பளிக்குள் மறைத்து வாளை டூட்டிக்கு எடுத்துச் செல்ல முயன்றபோது மனைவி தடுத்தாள் . நானும் ''சரி, ஆனால் ஒரு சத்தியம் நீ செய்துதர வேண்டும்'' என்றேன். அவளும் உடனே ''இனி மேல் முள் விறகு தறிக்கவோ கருவாடு மீன் அறுக்கவோ வாளைப் பயன்படுத்தமாட்டேன்'' என்றாள். என் தலையில் கை வைத்துச் சொல் என்று வற்புறுத்தினேன். அவள் அழுதுவிட்டாள். ''என் ராசா........ உமக்கு என்னய்யா ஆச்சு...... என் ராசா'' என்று என் தலையில் கை வைத்து அழுதாள். நானும் கொஞ்சம் கலங்கிவிட்டேன்.

மறுநாள் ஒட்டப்பிடாத்தில் அவளுடைய அக்கா மகள் சடங்குக்காக எல்லோரும் கிளம்பியபோது ''எனக்கு லீவு கிடைக்கவில்லையே என்ன செய்ய'' என்று ரொம்ப வருத்தமாக நின்றேன். ''சரி...அப்ப நாங்க போறோம்'' என்று கிளம்பிப் போனார்கள். அவர்கள் அங்கிட்டுப் போகவும் வாளைப் பார்த்துக் கண்ணடித்துச் சிரித்தேன்.

வாளுக்கு ஏக சந்தோஷம். கருவாடு நறுக்கவும் விறகு வெட்டவும் கூடாதென்று அவளிடம் சத்தியம் வாங்கியதில் வாள் ஏகத் திருப்தியடைந் திருந்தது. பெருமையாகப் பார்த்துக்கொண்டே யிருந்தது என்னை.

கம்பெனி வாசலுக்கு ரெண்டு பேருமாக ஏக சுதந்திரமாய் போய்ச் சேர்ந்தோம். குதித்துக் குதித்துச் சுழற்றினேன். களைத்துப் படுத்திருந்த போது என் மார்பில் தலைவைத்து ஜின்னிங் பேக்டரியில் என் பாட்டன் சுப்பையா பஞ்சுப்பொதிகளை அடித்து உலத்துவதற்குத் தன்னைப் பயன்படுத்திய கொடுமை பற்றிப் பேசியது ''அதுகூடப் பெரிசில்லை சுப்பு... சுதந்திரப்போராட்ட வேள்வியில் நாடு தகித்துக் கொண்டிருந்த போது உன் பாட்டன் என்னைப் பல வருஷம் கதர்க்கடையில் நூல் அறுக்கவும், துணி கிழிக்கவும் பார் சோப்புகள் அறுக்கவும் போட்டு விட்டான். சுதந்திரத்திற்கு பிறகு ஒரேயடியாக இருட்டு மூலையில் கடாசி துருவும் களிம்பும் ஏற விட்டுவிட்டான்'' என்று பெரிசாகப் பெருமூச்சு விட்டது.

சடங்கு முடிந்து ஒட்டப்பிடாரத்திலிருந்து வீடு திரும்பியவர்கள் நான் ஒப்பந்தத்தை மீறியதைக் கண்டு கோபப்பட்டார்கள். ஆனால் இந்த மூன்று நாளில் நான் லெதர் தைக்கிற பாய் கடையில் சொல்லி ஒரு உறை தைத்து இடுப்போடு எந்நேரமும் கிடக்கும்படி இடுப்பு வாரும் தைத்து இறுக்கி மாட்டிவிட்டிருந்தேன். அவர்களால் ஒன்றும் செய்ய முடியவில்லை. சும்மா கூப்பாடு போட்டுக்கொண்டு கிடந்தார்கள்.

பக்கத்து வீட்டான் மத்தியஸ்தம் பண்ண வந்தான். உங்களுக்கும் வேண்டாம் அவுங்களுக்கும் வேண்டாம், பேசாம இந்த வாளை ஒரு கோயில்ல ஒப்படைச்சிறலாம் என்றான். ''போயி உன் சோலியப்பாரு'' என்று கத்தினேன். ஒரு முறை வேகமாக வாளை பாதி உருவி, எப்படி.... என்று வாளிடம் கண்ணடித்தேன். வாளை உருவியதைப் பார்த்ததும் அவன் ஓடிவிட்டான். எல்லோருடைய சத்தமும் அடங்கி விட்டது. நான் உடை வாளுடன் எப்பவும் அலையலானேன்.

அடுத்த வாரத்தில் கம்பெனி முதலாளி கூப்பிட்டு அனுப்பினார். ''வாளை வெளியே கழட்டி வச்சிட்டு உள்ளே வாங்க'' என்றார். நான் ''உள்ளே வரலை''என்றேன். அவர் வெளியே வந்தார். ஆயிரம் ரூபாயைக் கையில் கொடுத்து ''இன்னிக்கோட கணக்கு முடிச்சிக்கிடலாம்'' என்றார். எனக்கு கோபம் வந்தது. ''எத்தனை வருஷம் இங்க வேலை பார்த்திருக்கேன்?'' வாளை கோபத்துடன் உருவினேன். ''சரி, சரி கோவப்படாதிக அண்ணாச்சி'' என்று வழிக்கு வந்தான். ''ஏ அண்ணாச்சிக்கு ரிடையர்மண்ட் மாதிரி கணக்குப் போட்டு செட்டில் பண்ணுங்கப்பா'' என்று சொன்னான்.

ஓய்வு பெறுகிறவர்களை மாலைபோட்டு வேனில் ஏற்றி வீடு கொண்டு விடுகிற வழக்கம் கம்பெனியில் இருந்தது. நான் பிடிவாதமாக மறுத்துவிட்டேன். குதிரையில் வேண்டுமானால் போகிறேன் என்று சொன்னேன். குதிரை வண்டியைக் கொண்டு வந்து நிறுத்தினார்கள். வண்டியில் பூட்டி வைக்க வேண்டிய மிருகமா இது,. பாவிகளா... என்று சத்தம் போட்டேன். வண்டியிலிருந்து விடுபட்டுப் புரவி என் அருகில் வந்து நின்றது.

வாளைக் கையில் உருவிய வேகத்தில் புரவியின் மீது பாய்ந்தேறினேன். வயிற்றில் உதை பட்டதும் கடுகி விரைந்தது. நகரத்து வீதிகளில் குளம்புகளின் துள்ளல் எதிரொலித்தது. நூறுநூறாய்க் குழந்தைகள் கூடிப் பின்தொடர்ந்தார்கள். சுழன்று வீசிய என் வாளின் பேச்சு அவர்களுக்குப் புரிந்தது. ஆர்ப்பரித்து ஆரவாரம் செய்தார்கள்.

குழந்தைகளின் ஆரவாரம் பின்தொடர காற்று வெளியைக் கிழத்துக் கொண்டு முன்னேறிச் சுழன்றது வாள்.

மங்கள் பாண்டேயின் நிழல்

மூச்சை நல்லா இழுத்து விடுங்க.

நாக்கை நீட்டுங்க.

கண்களில் டார்ச் அடித்துப் பார்த்தார்.

யூரின் டெஸ்ட், ப்ளட் டெஸ்ட் ரிப்போர்ட்களை மறுபடி வாசித்துப் பார்த்தார்.

கிறுகிறுவென்று ஒரு தாளில் மருந்துகளை எழுதி பரட் என்று கிழித்து இதை ஒரு மாசம் சாப்பிடுங்க, சரியாயிடும் என்று அனுப்பி வைத்தார்.

டாக்டரிடம் காட்டி முடித்த நிம்மதியில் ராமலிங்கத்துக்கு உடனே தூக்கம் வந்தது. பஸ்ஸில் ஏறி உட்கார்ந்ததும் தூங்க ஆரம்பித்தார். கூட்டிவந்த மனைவியின் தோளில் சரிந்து தூங்க ஆரம்பித்தார்,. பஸ்ஸின் வேகத்தில் வீசிய குளிர்ந்த காற்று ஆழ்ந்த உறக்கத்தில் அவரைத் தள்ள மனைவியின் தோளில் எச்சில் வடித்தார். பின்னால் உட்கார்ந்திருப்பவர்கள் வேடிக்கை பார்க்கிறார்களே என்று அவளுக்கு மானக்கேடாக இருந்தது. தோள்பட்டையை உயர்த்தி உயர்த்திப் பார்த்தாள். மனுஷன் அசைகிற மாதிரி தெரியவில்லை. அப்படியே சடக்கென்று முன்னால் விலகி முட்ட வைத்து விடலாமா என்று ஆத்திரம் வந்தது. அவருடைய தொடையில் பலமாகக் கிள்ளினாள். அவர் கண்விழித்து மலங்க மலங்க பார்த்து வாயைத் துடைத்துவிட்டு முன் சீட்டில் கைவைத்து தூங்கலானார்.

ஆரம்பத்தில் அவளும் இதை ரொம்ப பெரிசாக எடுக்கவில்லை. குழந்தை ராஜிதான் சொல்லிக்கொண்டிருந்தாள். எப்ப பாரு அப்பாவுக்கு தூக்கம்தான், ச்சை.....

குழந்தை அப்பாவிடம் வாய்ப்பாடு ஒப்பிக்கிறேன் பாரு என்று ஆரம்பிப்பாள். நாலாவது வாய்ப்பாடு வரை ம்...ம்...என்று கேட்டுக் கொண்டிருப்பார். பாப்பா வாய்ப்பாடு ஒப்பிக்கும் லயமே அவரைத் தூங்க வைத்துவிடும். ஐந்தாவது வாய்ப்பாடு வரும்போது குறட்டையின் லயம் கலந்துவிடும்.

ராஜி பாப்பாவுக்கு பெரிய துன்பமாக இருந்தது. காலையில் அவள் எழுந்து ட்யூஷன் போகும்போது அப்பா தூங்கிக் கொண்டிருப்பார். ட்யூஷன் முடிந்து வரும்போதும் தூக்கம் கலைந்திருக்காது. குளித்துவிட்டு ஸ்கூல் கிளம்பும்போது அம்மா அவரை ஆட்டி அடித்து உலுக்கி எழுப்பி கொட்டாவிகளுடன் டாட்டா சொல்லவைப்பாள். பிறகு ஆபீசுக்குப் போகணுமே என்று படுக்கையை விட்டு எழுந்து மனைவி காப்பி கொண்டுவரும் வரை சேரில் உட்கார்ந்து வழிந்து கொண்டிருப்பார். சமயங்களில் ஆத்திரத்துடன் சூடான காப்பி டம்ளரை அவர் கையில் வைத்துக்கூட அவள் எழுப்புவாள்.

ஆபீசுக்கு போகும்போது பஸ்ஸில் ஒரு தூக்கம் கண்டிப்பாக உண்டு. ஸ்டாண்டிங்கில்கூட தூங்குவது உண்டு. ஆபீஸில் கையெழுத்துப் போட்டு தன் சீட்டுக்குப் போனதும் பழுப்புநிற சர்க்கார் தாள்களையும் கட்டுக்கட்டாய் சோம்பிக்கிடக்கும் ஃபைல்களையும் பார்த்ததும் உடனே பெரும் கொட்டாவிகள் வந்து சேரும்.

தவிர தலைக்கு மேலே ஓடும் பழைய காற்றாடியின் சீரான கடாக்.... கடாக்... சத்தம் ஒன்று போதுமே தாலாட்ட.

தூக்கத்தின் உப விளைவாக ஞாபக மறதி. வாரத்தில் மூணு நாளாவது பஸ்ஸில் இரண்டுதடவை டிக்கட் எடுத்துவிடுவது. கண்விழித்திருக்கும் நேரமெல்லாம் மறதியாக வைத்த பொருளைத் தேடிக் கொண்டே இருப்பது.

இரண்டாவது உபவிளைவு-தேதி, மாதம், வருஷம் இடம் மறந்த ஒரு பர நிலையில் எந்நேரமும் இருப்பது. பஸ்ஸில் திடீரென்று முழிப்பு வந்து எங்கே போய்க்கொண்டிருக்கிறோம் என்ற குழப்பம். எந்த சிந்தனையும் அற்றுப்போய் மோனநிலையில் விழிந்திருப்பது. எங்கே போகிறது பயணம்? ஒரே நாளில் காண்கிற பல நூறு சிறு கனவுகள் தரும் மயக்க மனநிலையில் பஸ்ஸில் பக்கத்தில் உட்கார்ந்திருப்பவரிடம் ரொம்ப காலம் கூடவே வந்து

கொண்டிருப்பதான உணர்வில் பஸ்ஸின் சடன் பிரேக்கில் தூக்கம் கலைந்து கண் விழித்து ''வெள்ளைக்காரன் போயிட்டானா'' என்று கேட்பார்.

ஆபீஸில் ப்யூன் அவசரமாக வந்து அவரை எழுப்பி ஐயா கூப்பிடறாங்க என்று அதிகாரியின் முன்னால் கொண்டு போய் நிறுத்தினால், இந்தக் கொலைக்கும் எனக்கும் எந்த சம்பந்தமுமில்லை. என்னை நம்புங்க சார்'' என்பார். அதிகாரி தலையில் அடித்துக் கொண்டு, ''டில்லிக்குப் போக வேண்டிய ஸ்டேட்மெண்ட் போயிருச்சாய்யா'' என்பார். ராமலிங்கம் மூளையின் மடிப்புகளில் எதிரே இருந்து கேள்வி கேட்கும் இந்த நபர் யாரென்று தேடுவார். அவர் முழிக்கிற முழியைப் பார்த்து, ''சரி சரி. நீர் போரும்'' என்று அனுப்பிவிடுவார்.

இதன் அடுத்த கட்டமாக வீட்டில் பெஞ்சில் உட்கார்ந்து அவர் பாட்டுக்கு தூங்கிக்கொண்டிருந்தபோது ஒரு நாள் லம்பி கீழே விழுந்து வலது கையில் பிராக்சர் ஆகிவிட்டது. மாவுக்கட்டுப் போட்டு வந்து மூன்றாவது நாள் கட்டிலில் இருந்து மறுபடி தூங்கி விழுந்து டபுள் பிராக்சர் ஆகிவிட்டது. அவரைத் தரையில் படுக்க வைத்து மனைவியும் மகளும் ஒரு மாசம் கண்விழித்துப் பார்த்து கையை குணமாக்கினார்கள்.

இதற்கு மேலும் இப்படியே வச்சிக்கிட்டு இருக்காதீங்க என்று பலரும் சொன்னார்கள். ஊரிலிருந்து ராமலிங்கத்தின் அய்யா வந்தார். விவசாய வேலைகளைப் போட்டுவிட்டு மகனுக்கு கை ஒடிந்ததைக் கேள்விப்பட்டு பதறி வந்தார். தூங்கி விழுந்து கை ஒடிந்த ரகசியத்தை அவரிடம் தான் முதன்முதலாகச் சொன்னாள் அவர் மனைவி. மற்றவர்களிடம் பாத்ரூமில் வழுக்கி விழுந்ததாகத்தான் சொன்னாள்.

அய்யா ரொம்ப துக்கப்பட்டார். நம்ம பரம்பரையிலே இப்படி ஒரு வியாதி யாருக்கும் வந்ததில்லை. காடுகரையிலே பாடுபட்டு நாம் பாட்டுக்கு கஞ்சி குடிச்சிக்கிட்டிருந்தோம். நம்ம பிள்ளைக்கு இப்படி வந்துருச்சே என்று வருந்தினார். நம்ம குடும்பத்திலேயே படிச்ச புள்ளை; நமக்கு நல்லது கெட்டது எடுத்துச் சொல்ற பிள்ளை!

மில் வேலைக்கு லீவு போட்டு தம்பி ஒருநாள் வந்தான். நிலமையைக் கண்டு அவனுக்குச் சிரிப்புத்தான் வந்தது. மதினி வருத்தப்படுவாள் என்று அடக்கிக் கொண்டு ''டெய்லி காலையிலே உடற்பயிற்சி செய்யண்ணே; எந்நேரமும் ஃபைல்களோட கட்டி மாரடிச்சா எப்படி'' என்று அறிவுரை சொன்னான்.

உடற்பயிற்சியில் ஈடுபட்டார். நல்ல வியர்வையும் நல்ல உடல் அசதியும் ஏற்பட்டதால் இன்னும் கூடுதலாக தூக்கம் வந்தது.

அவர் தெளிவாக இருக்கிற நேரங்களும் உண்டு. அப்போதெல்லாம் ரொம்ப அறிவோடு பேசுவார். அந்தச் சமயங்களில் அவருக்கே அருவருப்பாக இருக்கும். எந்நேரமும் கொட்டாவியும் கையுமாக திரிவது நல்லாவா இருக்கு. முதலில் ஒரு டாக்டரிடம் போனார்கள். நல்லா தூங்குவது உடல் ஆரோக்கியத்துக்கு அறிகுறி. அதுக்கு ஏன் கவலைப்படறீங்க. போங்க, நல்லா தூங்குங்க என்று அவர் சொல்லி விட்டார். இரண்டாவது ஒரு டாக்டரிடம் போனபோது ஒன்றுமே பேசாமல் டானிக், மாத்திரை கொடுத்தார். சரியாக தூக்கம் வராதவனுக்கு உள்ள மருந்துகளை அவர் கொடுத்துவிட்டார்.

ராமலிங்கத்துக்கு என்ன சந்தேகம் என்றால் தன் தலையில் இப்போது மூளை இருக்கிறதா என்பது. ஸ்கேனிங் எடுத்துப் பார்க்க வேண்டும் என்று சொல்லிக் கொண்டிருந்தார். மூளை இருந்த இடத்தில் இப்போது இருட்டு அடைத்துக் கொண்டிருப்பதாக அவருக்கு சந்தேகம். அல்லது இருட்டு மூளையைத் தின்று கொண்டிருக்கிறது. இன்னும் கொஞ்சம் வேண்டுமானால் பாக்கி இருக்கலாம்.

வேலையில் சேர்ந்த புதுசில் ராமலிங்கம் இப்படி இல்லையே என்ற ஆபீசில் பேசினார்கள். அவர் ரெக்கார்டு செக்ஷனில் தொடர்ச்சியாக எட்டு வருஷம் இருக்கிறார். சக ஊழியர்கள் சந்தேகம் காலத்தின் மீது விழுந்தது. 1690 முதல் பாதுகாக்கப்பட்டு வரும் ரெக்கார்டு செக்ஷன் கட்டிடமே முந்நூறு வருஷம் பழையது. தவிர கட்டிடத்தின் பின் பகுதியில் உள்ள அறையில் மார்கரெட் என்று ஒரு வெள்ளைக்காரிச்சி கழுத்தை அறுத்துத் தற்கொலை செய்து கொண்டதாக ஒரு கதை உண்டு. அவள் காதலித்த பிள்ளைவாள் பையன் ஒருத்தன் அவளை ஏமாற்றிவிட அவள் தன்னை முடித்துக் கொண்டாள். 1850ஆம் அண்டு முதல் 1862ஆம் ஆண்டு வரையிலான ரெக்கார்டுகளில் அதைப் பார்க்கலாம். அங்கேயே சுற்றிக்கொண்டிருக்கும் மார்கரெட்தான் ஏதோ செய்துவிட்டாள் என்று பலரும் சந்தேகித்தார்கள்.

அவர்களின் பேச்சு ராமலிங்கத்துக்கும் எட்டாமல் இல்லை. ஆனால் அவருக்கு இந்த பேய்பிசாசுகளில் நம்பிக்கை இல்லை. அதிலும் வெள்ளைக்காரியையே பேய் ஆக்குவது நல்ல நகைச்சுவைதான் என்று சொல்லித்தான் தைரியமாக அந்த செக்ஷனில் சேர்ந்தார்.

ஆனால் யோசித்துப் பார்த்தால் ரெக்கார்டு செக்ஷனில் சேர்ந்த பிறகு தான் இப்படி ஒரு தூக்கத்துக்கு ஆளானோம் என்பது போலத் தெரிகிறது. ஆனால் அதற்கு முன்னால் எந்த செக்ஷனில் இருந்தோம்? ஏ செக்ஷன். அதில்.......... பிறகு கொஞ்ச நேரத்தில் தூக்கம் கலைந்துவிடும்.

தூக்கம் கலைந்து ஆபிஸ் வாசலுக்கு எழுந்து வந்து நின்றார். வடக்கே பெரும் சத்தமாகக் கேட்டது. காம்பவுண்டு சுவருக்கு மேலாக எட்டிப் பார்த்தார்.துப்பாக்கிகள் கொக்கரிக்கும் சத்தம். மனிதக் கூப்பாடுகள், அழுகுரல்கள். வேகமாக உள்ளே போனார். பேனாவை கையிலெடுத்து பதிவு செய்ய அறைக்குள் போனபோது அவருடைய சீட்டில் மார்க்கெரட் அமர்ந்து எழுதிக் கொண்டிருந்தாள். முத்து முத்தான கையெழுத்து. மீரட்டில் முதல் அமளி நடந்து கொண்டிருந்தது. மங்கள் பாண்டே என்பவன் சுட்டுக் கொல்லப்பட்டதும் கலவரம் துவங்கியது. முத்துமுத்தான கையெழுத்தில் விக்டோரியா மகாராணியின் பிரகடனம். அதைத் தொடர்ந்து பக்கம் பக்கமாக வந்துகொண்டிருந்தது. இல்பர்ட் சட்டம் கொண்டு வந்ததில் என்ன நியாயம் இருக்கிறது என்று பஸ்ஸில் பக்கத்தில் உட்கார்ந்திருந்தவரிடம் ராமலிங்கம் கேட்டதும் அவர் வேறு சீட்டில் போய் உட்கார்ந்து கொண்டார். சரி போ என்று மறுபடி தூங்கிவிட்டார் ராமலிங்கம்.

மூளை நரம்பியல் நிபுணர்தான் மூளையை ஸ்கேன் எடுக்கச் சொன்னார். ராமலிங்கத்துக்கு அந்த டாக்டர்மீது நம்பிக்கை வந்தது. ஆனால் ஸ்கேனில் மூளை இன்னும் தலையில் முழுசாக இருப்பது உறுதியாகிவிட்டது. ராமலிங்கத்துக்கு சற்று ஏமாற்றம்தான். டாக்டரால் எந்தக் குறையையும் கண்டுபிடிக்க முடியவில்லை. பிரஷ்ஷர் கொஞ்சம் அதிகமாக இருந்தது. ஆனால் 47 வயசுக்கு இது ஒன்றும் அதிகமில்லை என்று மேலும் யோசித்தார்.

''தூக்கம் வராம இருக்க ஊசி போடுங்க மாமா'' என்று ராஜி அறிவுரை சொன்னாள்.

''இது யாரு?''

''எங்க பொண்ணுதான், கொஞ்சம் லேட் இஸ்யூ'' என்று சிரித்தார் ராமலிங்கம்.

''உங்க அப்பாவை தினசரி அதிகாலையில் எழுப்பி வாக்கிங் கூட்டிட்டுப்போ. அதுதான் வைத்தியம்'' என்று அனுப்பிவிட்டார் டாக்டர்.

ராஜி பொறுப்புடன் விடியற்காலம் அஞ்சு மணிக்கே அப்பாவை எழுப்பினாள். பதறி எழுந்து ''ம்... சிட்டகாங்கைப் பிடிச்சிட்டாங்க'' என்றார்.

''சரி.... சரி.... நீ முதல்ல மூஞ்சியைக் கழுவு. வாக்கிங் போகலாம்'' என்றாள்.

விடிகாலைப் பொழுது சாம்பல் பூசி குளிர்ச்சியுடன் வரவேற்றது. பார்க் வரை நடக்கலாம் என்று கையைப்பிடித்துக் கொண்டு நடந்தார்கள். இடையில் நிறுத்தி ''கால் வலிக்குது தூக்கு'' என்றாள் ராஜி. வாடா செல்லம் என்று பிரியமாக முனகி தூக்கி முத்தமிட்டு தோளில் வைத்துக்கொண்டு நடந்தார். நடக்க நடக்க தேகம் தீப்பற்றி எரிய ஆரம்பித்தது. அவர் உப்பெடுக்க தண்டி போய்ச் சேருவதற்குள் தேசம் ஒட்டுமொத்தமாக எழுந்துவிட்டது என்று வீச்சு எழுத்துக்கள் வரிவரியாக ஓடிக்கொண்டிருந்தன. பழுப்புத்தாளில் கறுப்பு ஆங்கில எழுத்துக்கள். பக்கங்கள் புரண்டன. புரண்டு புரண்டு படுத்தவரை மனைவி எழுப்பினாள்.

வாக்கிங் வைத்தியம் ஓரளவுதான் பலித்தது.

காலையில் கூடுதலாக ஒரு மணிநேரம் விழித்திருக்கிறார். வாக்கிங் முடிந்து வீடு வந்து பாப்பா ட்யூஷன் போகவும் மறுபடி தூங்க ஆரம்பித்துவிடுகிறார். நடந்த களைப்பு வேறு. அவளுக்கு அழுகை அழுகையாக வந்தது. சித்தவைத்தியத்தில் சில லேகியங்கள் இருக்கின்றன. முயற்சி செய்து பாருங்கள் என்று சிலர் சொன்னதைக் கேட்டு, கிளம்புங்கள் போகலாம் என்று வைத்தியர் இருந்த புளியம்பட்டிக்கு கிளம்பினாள்.

பஸ் ஸ்டாண்டில் நின்று கொண்டேயிருந்தார்கள். புளியம்பட்டி பஸ்வரவே இல்லை. போய் விசாரிச்சுட்டு வாங்களேன் என்று இடித்தாள். சரிசரி என்று கிளம்பினார். ரெண்டு மூணு பேரிடம் கேட்டார். தெரியவில்லை. காக்கிச்சட்டை போட்டு வேட்டி கட்டிய ஏஜண்டிடம் கேட்டார்.

''சித்த வைத்தியரைப் பார்க்கவா'' என்றார் அவர்.

''ஆமா...''

மேலே கையைக் காட்டினார் ஏஜெண்ட்.... ''உங்களுக்கு யோகம் இருந்தா பஸ் வரும்''

பஸ் அட்டவணை எழுதியிருந்த பெரிய தகரபோர்டு ராமலிங்கத்தை இழுத்தது. போய் போர்டின் முன் நின்று வாசித்தார். ''இதன்மூலம் சகலருக்கும் தெரிவிப்பது என்னவென்றால் சிதம்பரம் பிள்ளைக்கு வாய்ப்பூட்டுச் சட்டம் போடபட்டுள்ளது. அவர் பேசுவதற்கு கூட்டம் ஏற்பாடு செய்பவர்கள் அவர் பேசும் கூட்டங்களில் நின்று கேட்பவர்கள் அவர் பேசப்போகிறார் என்று செய்தி பரப்புபவர்கள் யாவரும் யாராயிருப்பினும் கடும் தண்டனைக்கு உள்ளாவார்கள். இது சர்க்கார் உத்தரவு'' பழுப்புப் காகிதங்கள் கசகசத்தன.

சுட்டது செங்கோட்டை ஐயர் பையனாமே என்று பஸ்ஸில் பக்கத்தில் உட்கார்ந்தவரிடம் கேட்டதற்கு அவர் 'நான் இல்லை என்றார்.

லேகியம் ஒரு கரண்டி சாப்பிட்டு பாலும் குடித்தார். பாப்பா ஒரு பேப்பருடன் வந்தாள். தமிழ்க் கட்டுரை எழுதனும்ப்பா என்றாள்.

''இப்பதான் அப்பா ஆபீசில் இருந்து வந்தேன்.''

''கொஞ்ச நேரம் தூங்கணும்கிறியா. நல்ல அப்பா நீ! போ, போய் கை கால் மூஞ்சியை கழுவிட்டு வா'' என்றாள்.

விளக்கைப் போட்டுக் கொண்டு மேசையை இழுத்து வசதியாக ஆபீசில் உட்கார்வது போல உட்கார்ந்து கொண்டு ராஜிக்குட்டியிடம் பேப்பரைக் கொண்டா என்றார்.

''கட்டுரை என்ன தலைப்பு?''

''டீச்சர் பேப்பர்லேயே எழுதியிருக்காங்க பாரு.''

''உன் எதிர்காலக் கனவுகள்.''

எதிர்காலம் என்ற வார்த்தையைப் பார்த்ததும் கைகள் பதறி பேனா நழுவிக் கீழே விழுந்து உருண்டது. வெளியே இடி இடித்து காற்று வீசி மின்சாரம் தடைப்பட்டு இருள் சூழ்ந்தது.

''அம்மா.... அம்மா... மெழுகுவர்த்தியைக் கொண்டாம்மா... அம்மா.... அம்மா...'' இருட்டில் ராஜிக்குட்டியின் குரல் நடுக்கத்துடன் அழைத்தது.

இருண்ட அறைகளில் அடுக்கியிருந்த ஃபைல்களிலும் ரிஜிஸ்டர் களிலும் பதிவாகியிருந்த இறந்த காலங்கள் குதித்து வந்து ராமலிங்கத்தின் கைகளைப் பற்றிக்கொண்டு கெஞ்சின. வேண்டாம் எழுதாதே. அது எப்படி உன்னால் எழுத முடியும்? அது உன் வேலை இல்லை. நீ அதற்காகப் பிறந்தவன் இல்லை.

''அம்மா... விளக்கு கொண்டு வாம்மா....''

ரகசியமாகவும் அவசரமாகவும் பேசின. ஜாக்கிரதை. மாட்டிக்காதே. அது உன் வேலை இல்லை. ஷரத்து 311(2) ஏ.பி.சி.யின்படி சர்க்கார் ஊழியர்கள் செய்யத்தகாதவை என....

''அப்ப...எழுந்திருப்பா...... அப்பா ... கரண்டு வந்திருச்சு எழுந்திருப்பா....'' குழந்தையின் அழைக்கும் குரல் கேட்டுக் கொண்டேயிருந்தது.

ம்.... என்று கண் விழித்த ராமலிங்கம் ''இடம் வந்திருச்சா?'' என்று பஸ்ஸில் உத்கார்ந்திருந்தவரிடம் கேட்டார். ''இன்னும் ரொம்ப தூரம் இருக்கு'' என்று அவர் சொன்னதும் ''சரி வந்ததும் எழுப்புங்க'' என்று நிம்மதியாக மறுபடி கண்களை மூடினார்.

கருப்பசாமியின் அய்யா

பெரிய்ய இவன் கணக்காத்தான் பேசிக் கொண்டு திரிந்தான். கருப்பசாமி - இந்த ரெண்டு நாளாக. கூலிங் கிளாஸ் கண்ணாடி, சோப்பு, பவுடர் எல்லாம் அவன் கிட்ட இருக்காம். அதான் அப்படி பேசிக்கொண்டு திரியறான். இருக்கட்டுமே, அதுக்காக ரொம்பவுந்தான் பீத்திக் கொண்டு திரிந்தால் யாருக்குப் பிடிக்கும். காளியம்மன் கோயிலுக்குப் பொறத்தாலே கூட்டம் போட்டு இனிமேக்கொண்டு கருப்பசாமியை எந்த ஆட்டையிலும் சேக்கக்கூடா தென்றும் அவனோடு யாரும் பேசவும் கூடாதென்றும் அவனுடைய சேக்காளிகள் முடிவு கட்டி விட்டார்கள்.

ஆனால் இதப்பத்தியெல்லாம் கவலைப் படுகிற மாதிரி கருப்பசாமி இல்லை. அவனுக்கு அவனுடைய அய்யா ஊரிலிருந்து வந்துவிட்டார். அதைத்தவிர வேற நினைப்பே அவனுக்கில்லே. அவன் பிறந்த ஒரு வருஷத்திலே இந்த ஊரை விட்டுப்போன அய்யா ஏழு வருசங் கழிச்சு இப்பத் தான் ஊருக்குத் திரும்பியிருக்கிறார். சோப்பு, சீப்பு, கண்ணாடி, கூலிங் கிளாஸ், பவுடர் அதுஇதுன்னு அவனுக்கு ஏகப்பட்ட சாமான்கள் வாங்கி வந்துவிட்டார். அதனால் சேக்காளிகளையும் விளையாட்டையும் கூட மறந்துவிட்டு எந்நேரமும் அய்யாவோடவே ஒட்டிக் கொண்டு ரொம்ப செல்லங் கொஞ்சிக் கொண்டு திரிந்தான். அய்யாவும் ரொம்ப பிரியத்துடன் அவனுடன் சளைக்காமல் பேசிக்கொண்டிருந்தார். கருப்பசாமியின் ஆத்தாள் காளியம்மாளிடம் கூட அவ்வளவு நேரம் பேசவில்லை. கருப்பசாமியுடன் தான் பேச்சு.

கருப்பசாமியைப் போலவே காளியம்மாளும் ரெண்டு நாளாக சந்தோஷமும் சிரிப்பாணியுமாகத்தான் இருந்தாள். அவளுக்கும் தனியாக பவுடர், ரிப்பன், வாசனைத் தைலம் எல்லாம் வந்திருந்தது. மூணு நேரத்துக்கும் அரிசிச் சோறே காச்சினாள். குழம்பும் கறியும் தினமும் வைத்தாள். கருப்பசாமிக்கு இதனால் தன் அய்யா மீதுதான் பிரியம் பிரியமாக வந்தது. ஏழு வருசத்துப் பேச்சையும் பேசித் தள்ளினான். ராத்திரி கருப்பசாமி தூங்கின பிறகுதான் காளியம்மாளின் பக்கமாக நகர முடிந்தது. முதல் ரெண்டு மூணு நாள் ராத்திரி அவன் தூங்கின பிறகு விடியவிடிய ரெண்டு பேரும் கண்டதைக் கடியதைப் பேசிக் கொண்டு கிடந்தார்கள்.

நாலாவது நாள் ராத்திரி காளியம்மா ரொம்ப மெதுவாக கருப்பசாமியின் அய்யாவிடம் கேட்டாள், "அதலாஞ்சரி... துட்டு எம்புட்டுக் கொண்டாந்திருக்கீரு?" உடனே அவன் பாயை விட்டு எழுந்து தன் டிரங்குப் பெட்டியை இறக்கி சிம்னிவிளக்கை அவளைத் தூக்கிப்பிடிக்கச் சொல்லி, பெட்டியைக் குடைந்து எடுத்து 'இந்தா என்று முப்பத்தேழு ரூபாய் பதினைஞ்சு பைசாவை அவளிடம் கொடுத்தான்.

மறுநாள் காலையிலிருந்து கருப்பசாமிக்கு ஒன்றும் விளங்கவில்லை. இந்த ஆத்தாளுக்கு என்ன கேடு வந்துருச்சு என்று புரியவில்லை. மூக்கைச் சிந்திக்கொண்டும் அழுது கண்ணீர் உகுத்துக் கொண்டும் மூலையில் உட்கார்ந்திருந்தாள். கஞ்சிகூடக் காய்ச்சவில்லை. இதெல்லாம் கூட கருப்பசாமிக்குப் புதுசு இல்லை. திடீர் திடீர் என்று இப்படி ஆத்தா ரெண்டு நாளைக்கு அழுவதும் கஞ்சி காச்சாமல் போட்டுவிடுவதும் வழக்கம் தான். அப்பவெல்லாம் தன் அப்பத்தா வீட்டில் கஞ்சி குடித்து விட்டு பள்ளிக்கொடம் போய்விடுவான். ஆனால் இப்ப இவ அழுது புலம்பி கஞ்சி காய்ச்சாமல் போட்டதோடு நிக்காமல், தன் பிரியமான அய்யாவை வேற கண்ணிலே காங்கவிடாம வைது கொண்டிருந்தாள். அதுதான் கருப்பசாமிக்குத் தாங்க முடியவில்லை. எப்பேர்க்கொண்ட மனுசன் அவனுடைய அய்யா! அவரைப் போயி இவ வையிறாளே. அந்த நல்லம்மாப் பாட்டியும் மத்த பொம்பளைகளும் சொன்னது நெசமாத்தான் இருக்குமோ என்ற சந்தேகம் வந்தது கருப்பசாமிக்கு. அவனுக்கு விவரந் தெரிய ஆரம்பிச்ச ரெண்டு மூணு வருசத்துலே அவனுடைய அய்யாவைப்பத்தி எத்தனையோ பேர் கதைகதையா அவன்கிட்டச் சொல்லியிருக்காக. ராத்திரி நேரங்களில் அவனைக் கூப்பிட்டுக் கிட்டத்தில் உட்கார வைத்துக்கொண்டு தங்களுக்குள் பேசுகிற மாதிரி அவனிடம் அய்யாவைப்பத்தி கதையாய்ச் சொல்வார்கள்.

அப்பிடி அவன் கேட்ட கதைகள் அவன் அய்யாவைப் பத்தி ரொம்ப பெருமையா நினைக்க வச்சது. அவன் கண்ணாரக் காணாத அய்யா கனவிலே வந்து நிறைய வித்தையெல்லாம் செஞ்சு காட்டுவார். அய்யா என்றாலே விளையாட்டும் வித்தையும்தான் நினைப்பிலே வரும். அப்படித்தான் பொம்பிளைகள் அவனிடம் சொல்லியிருந்தார்கள்.

எந்தப் பெரிய கல் உரலையும் கூட அந்தாசமாகத் தலைக்கு மேலே தூக்கி எறிஞ்சிருவாராம். பந்தயம் வச்சா சமயத்திலே பெரிய ஆட்டுரலக்கூட தூக்கி எறிஞ்சிருவாராம். சோடா, கலர் பாத்டில் மூடிகளை பல்லாலே கடிச்சே ஒடைச்சுருவார். காடுகளுக்கு போய் வேலை வெத்டி பாத்து திரும்பி கஞ்சி காச்சிக்குடிச்சிப்போட்டு தெருச்சனங்கள் மடத்து வாசல்ல இல்லாட்டி காவல்காரத் தேவர் வீட்டு முத்தத்திலே கூடி உக்கார்ந்திருக்கும்போது இசக்கி முத்து அதுதான் கருப்பசாமியோட அய்யா - பல விளையாட்டுகளை செய்துகாட்டுவான்.

நிறை குடத்தை கையாலே தொடாம பல்லுட்டக் கடிச்சே தூக்கிருவான். கை ரெண்டையும் கீழே ஊன்றி தலை கீழே நடப்பான். பிறகு யாராச்சும் ஒரு திருகையைத் தூக்கிக் கொண்டாந்து போடுவார்கள். அதையும் அடிப்பாகத்து முளைக் குச்சியைப் பல்லாலே கடிச்சே தூக்கி எறிவான். அப்படி வித்தைகளைச் செய்து காட்டும்போது அவனுடைய மச்சினன்மார் யாராச்சும் வாழைப்பழம், முறுக்கு, கருவாடு எல்லாத்தையும் ஒரு சணல் கயித்திலே மாலை கணக்கா கட்டி அவன் கழுத்திலே போடுவார்கள். கிண்டலாக எதையாச்சும் சொல்லியபடி.

ஆனால் சும்மா யாராச்சும். ஏப்பா இசக்கிமுத்து இந்த உரலைத் தூக்கிரு பாப்பம் என்று சொன்னால் - சவால் விட்டாலும் கூட அவன் அசைய மாட்டான். அவனுக்கா தோணணும். அப்பத்தான் இதெல்லாம் செஞ்சு காமிப்பான். கடைக்காரத் தேவரை மாதிரி ஒரு சில பேருக்குத்தான் எப்படி அவனைக் கிளம்பி விடுகிறது என்பது தெரியும்.

பகல் நேரங்களிலே வெயிலுக்கு ஆத்தாம, ஆட்கள் மடத்தில் படுத்துகிடப்பாக. இசக்கிமுத்தும் படுத்திருப்பான். அந்நேரம் வாசல்லே நெல்மூட்டைகள் கிடக்கும். அதுகளை ரைஸ்மில்லுக்கு கொண்டுபோக வண்டியும் நிற்கும். மூட்டைகளை வண்டியில் ஏத்த ஆள் தேடிக்கொண்டிருப்பார்கள். மடத்துக்குள்ளேயிருந்து கடைக்காரத் தேவரை மாதிரி யாராச்சும் அந்நேரம் பைய பேச்சைக் கிளப்புவார்கள். ''ம்.ம்.... அந்தக் காலத்துலே நாங்கள் எளவட்டங்களா இருக்கும்போது எத்தனை அம்பாரமா மூட்டைகள் கிடந்தாலும் ஒத்தையிலே தூக்கித் தூக்கி வண்டியிலே எறிஞ்சிருவோம். இந்த காலத்துப் பயலுகளுக்கு நாலு மரக்கா நெல்லைத் தூக்கணுமின்னாக்கூட நாலாள் வேண்டியிருக்கு!''

இவர்கள் பேசுறதையெல்லாம் கவனியாதவன் மாதிரி வேற எங்கிட்டோ பார்த்தபடி படுத்துக்கிடப்பான் இசக்கிமுத்து. ஆனால் அதே பாணியில் அவர்களின பேச்சு போய்க்கொண்டே இருக்கும். திடீரென்று எழுந்து நின்று தார்ப்பாச்சி கட்டிக்கொண்டு வெளியே பாய்ந்துவிடுவான் இசக்கிமுத்து. அத்தனை மூட்டைகளையும் முக்கித் திணறி ஒத்தையிலேயே வண்டியில் ஏற்றிவிட்டு வேட்டியை உதறிக்கட்டியபடி ''ம்ஹ்ம்...... இதெல்லாம் ஒரு வேலையாக்கும்.........'' என்கிற மாதிரி ஒரு பார்வையுடன் போய் பழையபடி படுத்துவிடுவான்.

அவனைக் கிளப்பிவிட்ட கிழடுகள் தங்களுக்குள் கண்ணைச் சிமிட்டிக் கொண்டு ''ஆனாலும் நம்ம இசக்கி முத்து கணக்கா வேலை பார்க்க யாராலும் முடியாதப்பா......'' என்று அவனைத் தூக்கி வச்சுப் பேச ஆரம்பித்துவிடுவார்கள். அதையும் காது கேளாதவன் மாதிரி கண்டுகொள்ளாமலிருந்து விடுவான்.

இப்பிடி அவனைக் கிளப்பிவிட்டே ஊரில் கலியாணம், சடங்கு, இழவு வீடுகளில் எல்லா வேலைகளையும் வாங்கி விடுவார்கள். ஊடே ஊடே 'ஏயப்பா.... எசக்கிமுத்தைப் போல உண்டுமா சொல்லி விடுவார்கள். அவனுக்கு அது போதும்.

இதனால் அவனுக்கும் அவனோட அய்யாவுக்கும் நாளும் தகராறுதான். அன்னாடம் பாடுபட்டுக் கஞ்சி குடிறக்கிற குடும்பத்திலே ஆம்பிளைப்பிள்ளை இப்பிடி அத்துவிட்ட கழுதை கணக்காக அலைஞ்சா யாருக்குத்தான் கோவம் வராது. அவன் அய்யா சொல்ற வேலை எதுவும் அவனுக்குப் பிடிக்கவில்லை. அதுவுஞ் சரிதான். சும்மா பிடிச்சிக்கிட்டு 'கிணத்து வெட்டுக்குப்போ வெட்டப்போ எப்படி பிடிக்கும். தினம் சண்டைதான் மிஞ்சும்.

அவனுடைய அய்யாவுக்கு என்ன, அவன் வேலை செய்யாட்டாக்கூட ஒண்ணுமில்லை. அடக்கஒடுக்கமா நாலு பேரைப் போல நம்ம பய இல்லியேன்னு தான் வேதனைப்பட்டார். நாடகத்து ராஜாபோல அவன் நடக்கிற நடையே அவருக்கு வல்லுசாகப் பிடிக்காது. வீட்டு வாசப்படியை மிதிச்சு ஒரு நாளும் அவன் வீட்டுக்குள் போனது மில்லை வந்ததுமில்லை. ஒரேதாவுதான். உள்ளிருந்து வெளியே,. கடைசியில் சண்டை நின்று ஒரு சமாதானமான முடிவு வந்தது.

பழைய சைக்கிள் ஒன்றை விலைக்கு வாங்கிக் கொடுத்து கையிலும் பத்து ரூபாயைக் குடுத்து அனுப்பினார் அவன் அய்யா. அவன் தூத்துக்குடி போய் அதற்கு மீனோ கருவாடோ வாங்கி சைக்கிள்

பின்னால் ஒரு கூடையில்கட்டி கிராமம் கிராமமாகப் போய்விற்று வந்தான். கொஞ்சம் நிம்மதி அடைந்தார் அவனுடைய அய்யா. ஆனால் அதுவும் ரொம்ப நாளைக்கு நிலைக்கவில்லை.

இவன் போகிற ஊர்களில் கருவாடு வித்தானோ இல்லையோ முதல் காரியமாக ஊரில் இளவட்டக்கல் எங்கே கிடக்குதுன்னு தேடிப்பார்த்து அதிலே ஏறி உத்காருவான். உடனே அங்கன ரெண்டு பெரியாட்கள் கூடி விடுவார்கள்.

''யோவ் சண்டியரு... எதுலே உட்கார்ந்திருக்கமின்னு தெரிஞ்சுதாம் உக்காந்திருக்கீரா?''

''தெரியாம என்ன! எல்லாந் தெரிஞ்சுதாம் உட்கார்ந்திருக்காக........''

''எளவட்டக்கல்லை மிதிச்சா என்னு செய்யணுமின்னு தெரியுமில்லே.''

''ஏன்னய்யா பெரிய பூடகம் போடுறிக'' என்றபடி கல்லைவிட்டு எழுந்து சடாரென அந்த இளவட்டக் கல்லைத் தலைக்கு மேலே அத்தாசமாகத் தூக்கி எறிந்து விட்டு ''இம்புட்டுத்தானய்யா'' என்பான்.

எல்லாரும் அசந்து போவார்கள். ஆளுஇம்புட்டுக்காணு நரம்பு கணக்கா இருந்துக்கிட்டு தூக்கிப்புட்டானே என்பார்கள். பிறகு பிரியத்துடன் அவனிடம் சில பேர் கருவாடு வாங்குவார்கள். கேட்ட விலைக்குக் கொடுத்துவிடுவான். துட்டு இல்லையென்றாலும் பார்க்க பாவமாயிருந்தால் 'அதுக்கென்ன சும்மா கொண்டுபோங்க கொடுத்து விடுவான். இப்படி சுத்துப்பட்டி பூராவிலும் அவன் பேர் பரவியது.

பழையபடி வீட்டில் நித்தமும் சண்டை நடந்தது. சரி, இந்த வைத்திய மெல்லாம் சரிப்பட்டு வராது என்று அவனுடைய அய்யா நாலு பெரியாட்களிடம் கலந்து பேசி கீ காட்டிலிருந்து காளியம்மாளைக் கொண்டு வந்து அவனுக்குக் கட்டி வைத்து அவளிடம் 'நீதான் பயலை வசத்துக்குக் கொண்டு வரணும் என்று சொல்லி தனியாக ஒரு வீட்டையும் பார்த்துக் கொடுத்து 'இனி ஒங்க பாடு மேலே ஒண்ணும் சொல்லாம அவன் போக்குப்படியே தான் விட்டுவைத்தாள். கருப்பசாமி பிறந்தான்.

பிறகுதான் சண்டாளி காளியம்மா இசக்கி முத்தை ஊரைவிட்டே விரட்டிவிட்டாள் என்று நல்லம்மாப் பாட்டி கருப்பசாமியிடம் சொல்லியிருந்தாள். இப்பிடி ஏழு வருசங்கழிச்சு அய்யா வந்த நாலாம் நாளே இப்பிடிப் போட்டு வையிராளே ஆத்தா என்று கருப்பசாமிக்கு அழுகை அழுகையாகவும் கோவங் கோவமாகவும் வந்தது.

பொம்பிள்ளைகள் எல்லாருஞ் சொன்னது சரியாத்தான் இருக்கும் போல. ஆனா எதுக்காக இப்பிடி வஞ்சு தள்ளுறா என்பதுதான் அவனுக்குப் புரியவில்லை.

அவனுக்கு மட்டுமல்ல, அவனுடைய அய்யா இசக்கி முத்துக்கும் புரியவில்லை. இவ எதுக்காக இப்பிடி போட்டு நம்மள வையிறா? என்ன குத்தம் செஞ்சோம்! அவளோட வெறுத்த மூஞ்சியைப் பார்க்கவும் வசவுகள கேக்கவும் தான் விதிச்சிருக்கு. கலியாணமான முதல் வருசத்திலிருந்தே இப்ப இருக்க மாதிரி இருந்தது. முந்தியும் இப்பிடித்தான் வைதாள்.

'ஆம்பிள்ளைன்னா கஷ்டப்பட்டு நாலு காசு சம்பாரிக்கத் துபபிருக்கனும். இப்பிடி மேலு வலிக்காம அலைஞ்சா வீடு எப்படி நடக்கும்!

தினசரி வசவுதான். அவளுடைய கடுகடுத்த வெறுப்பான முகத்தைப் பார்க்க சக்தியில்லாமல்தான் ஊரைவிட்டே ஓடிப்போனான். ஓடிப்போனாலும் அவள் ஆசைப்பட்டபடி இந்த ஏழு வருசமும் ராவாப் பகலாய் மேல் வலிக்க கஷ்டப்பட்டுத்தான் உழைத்தான். மதுரை, திண்டுக்கல், சேலம், கரூர் என்று பல ஊர்களிலும் ஓட்டல்களில் மாவரைத்தான். தண்ணீர் சுமந்தான். மூட்டை சுமந்தான். மாவரைத்தும் கிணற்றில் தண்ணீர் இறைத்தும் கையெல்லாம் காய்ச்சுப்போயிருந்தது. அதைக்கூட அவளிடம் காட்டினான்.

"இங்கரு... நீ சொன்னபடி கஷ்டப்பட்டுத்தானே இத்தனை வருசம் வேலை பாத்தேன். பிறகும் எதுக்கு வையிறே" என்று

பரிதாமாகக் கேட்டான்.

"பேசாதே" என்று அவன்மேல் 'வள் எதை நினைத்தோ ஏங்கி அழவும் ஆரம்பித்தாள்.

அவள் முன்னைப்போல அவனை வைய மட்டும் செய்தால் அவன் பழையபடி ஓடிவிடலாம். இப்போது பாவமாக இருந்தது. அழ வேறு செய்கிறாளே. ஆனா அழுகையையும் மீறி அவன் மேல் வெறுப்பைக் கக்கினாள். வாயைத்தொறக்கவே விட மாட்டேங்காளே. இந்த ஏழு வருசமும் பல ஊர்களில் தான் கஷ்டப்பட்டதும் மஞ்சக் காமாலையும் டைபாயிட் காய்ச்சலும் வந்து அனாதையாய் அவதிப் பட்டதும்கூட அவனுக்குத் துன்பமாயில்லை. இப்போது என்னதான் செய்வது என்று குழம்பினான்.

ச.தமிழ்ச்செல்வன்

கடைசியில் ஒரு முடிவுக்கு வந்து அவளிடமும் சொன்னான். ''இப்பயும் நீ என்ன சொல்றயோ அது கணக்காவே செய்யிறேன். பொழுதனைக்கும் என்னைய வையாதே காளி. இனுமேயும் நீ வஞ்சையின்னா கிணத்துலே விழுந்து செத்தே போவேன்.''

நிசத்துக்கே அவன் அது ஒன்றுதான் வழி என்று நினைத்தான். இந்த ஏழு வருஷமும் ஒவ்வொரு முறை அவன் ஊருக்கு திரும்ப நினைத்த போதெல்லாம் அவளுடைய கோபமான கடுத்த முகமும் சிடுசிடுத்த பேச்சும்தான் நினைவில் வந்து கிளம்பவிடாமல் தடுத்தது. இப்பவும் அதே தொடர்ந்தால் கிணத்துலே விழுவதைத் தவிர வேற வழியே கிடையாது.

அவன் இதைச் சொன்ன பிறகும் ஒரு நாள் பூரா அவள் அழுதுகொண்டுதான் இருந்தாள். அவன் வீட்டுக்குள் வர முடியாதவனாக வெளியவே உட்கார்ந்து எந்தக் கிணற்றில் விழுகலாம் என யோசித்து ஊரிலேயே ஆழமான நம்மையா நாய்க்கர் தோட்டத்துக் கிணற்றிலே தான் விழுகணும் என்று தீர்மானித்துக் கொண்டிருந்தான். அய்யாவின் நிலையைக் காணச் சகியாத கருப்பசாமி அப்பத்தா வீட்டிலே அழுதுகிட்டிருந்தான்.

மறுநாள் சாயந்திரம் திடீரென்று அவள் அழுகையை நிப்பாட்டினாள். ஒரு முடிவுக்கு வந்து இசக்கி முத்துவைக் கிட்டத்தில் வரச்சொன்னாள். சின்னப்பிள்ளைகளிடம் கொஞ்சலாகப் பேசுகிற மாதிரி அவனுடைய முகத்தை அன்போடு கைகளால் பிடித்துக் கொண்டு 'நாஞ் சொல்றபடி யெல்லாம் கேப்பீரா

இவ்வளவு கனிவாக அவள் கேட்டதும் இசக்கி முத்துக்கு 'மூஸ் மூஸென்று என்ன சொன்னாலும் கேப்பன்'' என்று உடைந்த குரலில் உறுதியாகச் சொல்லி அவள் தலையில் அடித்து சத்தியம் பண்ணினான்.

கருப்பசாமிக்கு ஏகக் கொண்டாட்டமாப்போச்சு. அவன் அய்யாவும் ஆத்தாவும் ராசியாப்போனது மட்டுமில்லை; அவக வீட்டிலேயே இட்லிக்கடையும் ஆரம்பிச்சுட்டாக. முதல்லே இட்லியும் காப்பியும் மட்டும் போட்டாக. பிறகு வடையும் மொச்சையும் சேந்துக்கிருச்சி. வடைகளையும் மொச்சைகளையும் ஒரு கடகப்பொட்டியிலே வச்சு தூக்கிட்டு காளியம்மா நஞ்சைக்காடு புஞ்சைக்காடெல்லாம் அலைந்தாள். காடுகரையிலே வேலை செய்ற சனங்களுக்கு துட்டுக்கும் பருத்திக்கும் தானியத்துக்குமாக தினசரி வித்து வந்தாள். தயார் பண்ற வேலையும் வீட்டிலேயே வாரதை கவனிக்கிற வேலையும் இசக்கி முத்துக்கு.

படிச்சுகிழிச்சது போதுமின்னு கருப்பசாமியை கைவேலைக்கு கடையிலேயே இருத்திக்கிட்டாக. அவனுக்கு ஏகக் கொண்டாட்டம். பள்ளிக் கொடம் போகாமல் அய்யா வடை சுடுறதைப் பார்த்துக் கிட்டிருக்கதுலே அவனுக்கு ரொம்பச் சந்தோஷம். அவக அய்யா எல்லாரையும் போல வட்டமாக வடை சுட மாட்டான் சதுரமாகவும் உருளையாகவும் நீளமாகவும் ஏரோப்பிளேன் மாதிரியும் பல சைஸ்களில் மாவை உருட்டிப்போட்டு விடுவான். பார்க்கப் பார்க்க வேடிக்கையாக இருக்கும்.

இந்த வடைகளைப் பார்த்து காடுகரையெல்லம் சனங்கள் சிரிச்சு உருண்டார்கள். விக்கப் போற காளியம்மாளுக்கு மானக்கேடாய் இருந்தது. ஒருநாள் வந்து விரட்டு விரட்டுன்னு அவனை விரட்டினாள். ‘சரி, சரி, இனிமே இப்பிடி செய்யமாட்டேன் வட்டமா வடை சுட்டான்.

அவன் காப்பி ஆத்துறதே ஒரு தினுசா இருக்கும். இந்த கையிலிருந்து உயரே தூக்கி எறிந்து மறுகையிலிருக்கும் கப்பில் ஒத்தப்பொட்டுக்கூடச் சிந்தாமல் பிடித்துவிடுவான். அதை வேடிக்கை பாக்கதுக்குன்னே சிறுசும் பெருசுமாய் ஒரு வட்டம் தினசரி வந்தது. பிறகு அதுக்காக ஒரு நாள் அவனைப்போட்டு விரட்டினா காளியம்மா. ‘சரி சரி இனிமே செய்ய மாட்டேன்னு ஆத்தினான்.

அதேமாதிரி துட்டு இல்லாம வந்துநிற்கிற கஷ்டப்பட்டதுகளுக்கு இத்டிலி வடைகளை அவன் சும்மாதூக்கிக் கொடுக்கிறதை கண்டுபிடிச்சு அதுக்காக ஒரு நாள் வசவு உரிச்சுட்டாள் காளியம்மா. சரி சரி, இனிமே இப்படி செய்யலேன்னு சத்தியம் பண்ணினான். ஆத்தா வந்து விரட்டுறதும் அய்யா சரிசரின்னு மண்டையை ஆட்டுறதும் கருப்பசாமிக்கு விளையாட்டாயிருந்தாலும் பாதகத்தி பாடாப்படுத்துறாளேன்னு நல்லம்மாப்பாட்டி சொல்ற மாதிரி தானும் நினைச்சுக்கிருவான்.

காளியம்மா சுடு சொல் ஏதும் சொல்லிறக்கூடாதேன்னு பயந்து பயந்து இசக்கிமுத்து மங்குமங்குன்னு ராவாப் பகலா வேலை பார்த்தான். யேவாரமும் மோசமில்லாம நடந்தது. அவளும் அதிகமாக ஒண்ணும் அவனை வையவில்லை. அதுக்குப்பிறகு அவுகளுக்கு ரெண்டு பொம்பிளைப்பிள்ளைகளும் ஒரு பையனும் பிறந்தது. அதனால் இசக்கி முத்துக்கு இடுப்பொடிய வேலை இருந்தது. வேற எதப் பத்தியும் நினைக்க நேரமில்லை.

‘தன்சேட்டைகளையும் கிறுக்குத்தனங்களையும் விட்டு இத்தனை வருசத்துக்குப் பிறகாச்சும் பய ஒரு வசத்துக்கு வந்தானே இசக்கி முத்துவின் அய்யாவும்; தான் பட்ட துயரமெல்லாம் போய்

தான் ஆசைப்பட்டபடிக்கே நாலு பேரைப் போல தன் புருஷனும் ஏதோ சம்பாத்தியம் பண்ணுகிறானே என்று காளியம்மாவும் ஆசுவாசுப்பட்டுக் கொண்டார்கள்.

ஆனாலும் திடீர் திடீரென்று, சமயங்களில் கடைக்கு சாப்பிட வருகிறவர்களிடம் ''தாங்கள் என்ன அருந்துகிறீர்கள்? தாக சாந்திக்கு காப்பி தரட்டுமா'' என்று அவன் கூத்துக்காரர்களைப்போல் பேசுவதையும் ஆளில்லாத சமயங்களில் ஒரு வடையைத் தூக்கிப்போட்டு கருப்பசாமியுடன் பந்து விளையாட்டு விளையாடுவதையும் போல சில சின்ன சின்ன விஷயங்களை மட்டும் சாகிறவரைக்கும் காளியம்மாவால் திருத்தவே முடியவில்லை.